AF517642

फिश! एक अप्रतिम कथा, कुठल्याही परिस्थितीमध्ये चपखलपणे लागू होणारी. ओघवत्या भाषेत सांगितलेली, विचारांना चालना देणारी, गुंतवून ठेवणारी. यातले धडे आत्मसात करण्यासाठी वेळ देणाऱ्या प्रत्येक संस्थेला उत्तरोत्तर प्रगतीच्या दिशेने नेणारी... या लाटेवर कुणीही स्वार होऊ शकतं, तुम्हीही!

– **पीटर आयलर,** पीटर इकॉनॉमी
'ॲट द हेल्म : बिझिनेस लेसन्स फॉर नेव्हिगेटिंग रफ वॉटर्स'चे लेखक

व्यवसाय कसा चालवावा, नीतिधैर्य कसं वाढवावं किंवा कर्मचाऱ्यांना कसं प्रोत्साहित करावं, एवढा सीमित दृष्टिकोन ठेवून फिश!चं लेखन झालेलं नाही. हे पुस्तक जणू आयुष्याचं चित्र आहे. आपलं दैनंदिन जीवन कसं जगावं; घरातल्यांशी, मित्र-मैत्रिणींशी, येणाऱ्या-जाणाऱ्यांशी सहसंबंध कसे प्रस्थापित करावेत, याची जाण या पुस्तकामुळे येते. या पुस्तकातील धडे गिरवून तुम्ही एक उत्तम व्यवस्थापक तर बनालच; शिवाय एक व्यक्ती म्हणून सर्वंकष व्हाल. हे अधिक महत्त्वाचं आहे, नाही का?

– **रिचर्ड साल्पिझिओ,**
अध्यक्ष व मुख्य कार्यकारी अधिकारी, क्वालकॉम

कार्यालयीन विश्वात सुधारणा करण्यासाठी आवश्यक आणि अचूक अशा सूत्रांची सखोल जाणीव लन्डिन, पॉल आणि क्रिस्टेन्सेन या त्रयीला आहे. फिश! या कथेद्वारे त्यांनी आपल्यासमोर महत्त्वाची चतु:सूत्री उलगडली आहे. कोणत्याही कंपनीला यशस्वी व्हायचं असेल, तर या चतु:सूत्रीशिवाय पर्याय नाही. आपल्या कामकाजात बदल करू इच्छिणाऱ्या प्रत्येकानीच वाचावं, असं हे पुस्तक आहे.

– **हायरम स्मिथ**
सह-अध्यक्ष, फ्रँकलिन कोव्हे कंपनी

या पुस्तकाद्वारे मिळालेल्या संदेशामुळे मला स्वत:ला तर ऊर्जेचं भांडार मिळालं आहे. शिवाय या पुस्तकातील संदेश लागू करण्यामुळे पंधरा हजार कर्मचारी असलेल्या आमच्या संस्थेमध्ये सर्वांच्या क्षमता विकसित झाल्या आहेत. लेखकांनी म्हटल्याप्रमाणे 'ऊर्जेची कास धरा अन् क्षमतांचा विकास करा' ही उक्ती आचरणात आणली की तिची सत्यता पटते.

– डोनाल्ड डी. स्नायडर
अध्यक्ष, बॉयड गेमिंग कॉर्पोरेशन

अतिशय समर्पक भाषेत हे पुस्तक आपल्या निदर्शनास आणून देते की, 'तुमच्याशी इतरांनी जसं वागावं असं तुम्हाला वाटतं, तसंच तुम्ही त्यांच्याशी वागलं पाहिजे.' हा नियम लक्षात ठेवून आणि सातत्याने 'विवेकबुद्धी' (common sense) जागृत ठेवून, प्रत्येक व्यवस्थापक उत्तम व्यवस्थापन करू शकतो, हेच या पुस्तकातून समोर येतं.

– रॉबर्ट जे. न्युजेन्ट
अध्यक्ष व मुख्य कार्यकारी अधिकारी, फूडमेकर इन्कॉर्पोरेशन
(जॅक इन द बॉक्स)

कुठेही अतिरंजित नसलेली ही एक साधीसुधी माशाची कथा आहे. मात्र तिच्याद्वारे फार विस्तारित अर्थ जाणवतो. आपली मनोवृत्ती बदलली की, आपण आपलं काम आणि आयुष्य अधिक आनंदाने जगू शकतो, हाच दिलासा आपल्याला यातून मिळतो. पाहा, वाचा आणि अमलात आणा.

– **स्पेन्सर जॉन्सन, एम.डी.**
'हू मूव्ह्ड माय चिझ' या पुस्तकाचे लेखक व
'द वन मिनिट मॅनेजर' या पुस्तकाचे सहलेखक

उत्तम ग्राहकसेवा ही कुठल्याही तत्त्वज्ञानापेक्षा आणि धोरणांपेक्षा वरचढ आहे, तो एक अनुभव आहे. वॉशिंग्टन येथील सिअॅटलमधील पाइक प्लेस फिश मार्केटमध्ये याची अनुभूती येते. ही अनुभूती प्रत्यक्षात उतरवण्याच्या दृष्टीने फिश! हे पुस्तक तत्पर वाटाड्याची भूमिका बजावते. त्यामुळे इतर कंपन्यांप्रमाणे आहेत, तेच ग्राहक टिकवून ठेवण्याकरता आटापिटा करण्याची गरज भासत नाही, कारण तुमची ग्राहकसंख्या उत्तरोत्तर वाढत जाते; तीही विनासायास.

– **बॉब नेल्सन,** अध्यक्ष, नेल्सन मोटिव्हेशन इन्कॉर्पोरेशन व
'१००१ वेज टू रिवॉर्ड एम्प्लॉईज' या पुस्तकाचे लेखक

आमच्या संस्थेमध्ये आम्ही फिश! फिलॉसॉफी अंगीकारली आणि उत्तरोत्तर प्रगतीच दिसून आली. आम्ही नवऊर्जेने प्रेरित झालो, तर आमचे ग्राहक आमच्या कार्यतत्परतेने. फिश!मुळे हे साध्य झालं आणि आता आम्हाला तेच आवडू लागलं आहे.

– **लॉरी लॉक्हार्ट,** संचालक,
ग्लोबल कनेक्शन सर्व्हिस व स्प्रिंट

फिश! हे अप्रतिम पुस्तक आहे. यातून आपल्याला प्रेरणा, ऊर्जा आणि उत्तेजना मिळते, तीही अतिशय साध्या-सोप्या मार्गाने. हे पुस्तक एक उत्तम मार्गदर्शक आहे. आपल्या कार्यालयातील वातावरणात आत्मीयता आणणं किती गरजेचं आणि फायद्याचं आहे; तसंच हे वातावरण निर्माण करणं – तेही आपल्या रोजच्या खऱ्याखुऱ्या आयुष्यात – कसं शक्य आहे, हे या पुस्तकामुळे उमजतं.

– **रिचर्ड चँग,** सीईओ, रिचर्ड चँग असोसिएट्स इन्कॉर्पोरेशन
व 'द पॅशन प्लॅन' या पुस्तकाचे लेखक

चैतन्यदायी *'फिश'...*

– दैनिक सामना – २१-७-२०१९

आपल्या स्नेहीजनांना पुस्तके भेट द्या

धैर्याची वहिवाट म्हणजेच
सर्वोत्तम परिणामांप्रत पोहोचण्याचा यशस्वी मंत्र

फिश!

लेखक

स्टिफन सी. लन्डिन, जॉन क्रिस्टेन्सेन
हॅरी पॉल

अनुवाद

डॉ. शुचिता नांदापूरकर-फडके

मेहता पब्लिशिंग हाऊस

Translated into Marathi Language by Dr. Shuchita Nandapurkar-Phadke

फिश! / अनुवादित मार्गदर्शनपर

अनुवाद : डॉ. शुचिता नांदापूरकर-फडके

प्रकाशक : सुनील अनिल मेहता, मेहता पब्लिशिंग हाऊस,
१९४१, सदाशिव पेठ, माडीवाले कॉलनी, पुणे ३०.
✆ +९१ ०२०-२४४७६९२४ / २४४६०३१३
Email : production@mehtapublishinghouse.com
Website : www.mehtapublishinghouse.com

अक्षरजुळणी : इफेक्ट्स, २१/ब, आयडिअल कॉलनी, कोथरूड, पुणे ३८.

मुद्रक : ट्रिनिटी अॅकॅडमी फॉर कॉर्पोरेट ट्रेनिंग लिमिटेड

मुखपृष्ठ : मेहता पब्लिशिंग हाऊस

प्रथमावृत्ती : सप्टेंबर, २०१८

किंमत : ₹ २००

P Book ISBN 9789353171070

त्या लाखो कर्मचाऱ्यांना – ज्यांना आपल्या कामाच्या ठिकाणी उत्साही वातावरणाची निर्मिती कराविशी वाटते आहे.

त्या करोडो माशांना – ज्यांना जागतिक कीर्तीच्या पाइक प्लेस फिश मार्केटमध्ये पोहोचून इतरांच्या हातचं खेळणं होण्याची इच्छा नाहीये.

सर्जनशील आणि दाद देण्यायोग्य वातावरणाची निर्मिती करणं सहजशक्य व्हावं याकरता काही मार्गदर्शक तत्त्वांची जोड दिलेली आहे. खेळकर वृत्ती, लक्ष देण्याची मनोवृत्ती आणि समोरच्याला गुंतवून ठेवण्याची प्रवृत्ती असेल, तर सकारात्मक ऊर्जा, उत्साह, निर्मितीक्षमता आणि उत्पादनक्षमता यांच्यात भरघोस वाढ होणारच.

पुस्तकाविषयी

तुमच्या आवडीचं काम तुम्हाला करायला मिळेलच असं नाही. मात्र तुम्ही करत असलेलं काम तुमच्या आवडीचं होऊ शकतं. कसं ते जाणून घेऊ फिश! या सुरेख कथेद्वारे.

आपल्या कार्यालयीन जीवनात दररोज भरभरून ऊर्जा, मनापासून सहभाग आणि सकारात्मक मनोवृत्ती घेऊन येणारा प्रत्येक जण... असं वातावरण किती परिणामकारक असेल ना? इथे काम करणारी प्रत्येक व्यक्ती आपल्या कामाशी, आपल्या सहकाऱ्यांशी आणि आपल्या ग्राहकांशीदेखील जोडली जाईल, आपसूकच.

प्रस्तुत कथेमध्ये सिॲटलची एक काल्पनिक मॅनेजर आपल्या भेटीला येते आहे. तिच्यासमोर एक अशक्य वाटणारं आव्हान आहे. तिच्या हाताखाली काम करणारी माणसं आणि पर्यायाने त्यांचा संपूर्ण विभाग अत्यंत उदास, कंटाळवाणा, चैतन्यविहीन असा आहे. त्या माणसांना, त्या विभागाला, ते काम करत असलेल्या तिसऱ्या मजल्याला नवचैतन्य देण्याचं आव्हान तिच्यासमोर आहे. तिच्या ऑफिसच्या जवळच आहे जगप्रसिद्ध 'पाइक प्लेस फिश मार्केट.' प्रचंड प्रमाणावर यश मिळवलेल्या या मार्केटची तंत्रं अनोखी आहेत. धम्माल उत्साह, भरभरून आनंद आणि सर्वोत्तम सेवा हीच विशेषणं या मार्केटच्या वर्णनाकरता वापरावीत. याच मार्केटमध्ये आपल्या मॅनेजरला शिकायला मिळतात साधे-सोपे धडे, तेही तिथल्या मासे-विक्रेत्यांकडून. हेच धडे देते ती आपल्या कर्मचाऱ्यांना आणि यशस्वी होते त्यांच्यात आमूलाग्र बदल घडवून आणण्यात, त्यांच्या विभागाला नवसंजीवनी देण्यात.

आजच्या युगाच्या जटिल समस्या आहेत, कर्मचाऱ्यांची गळती थांबवणं आणि त्यांचा उत्साह टिकवून ठेवणं. या समस्येचा ऊहापोह फिश!मध्ये केला गेला आहे. अत्यंत उत्कंठावर्धक आणि वेगवान कथानक आपल्याला खिळवून तर ठेवतंच शिवाय आत्मसात करायला सोपी असलेली तंत्रं परिणामकारक बदलदेखील घडवून आणतात. यातली मूल्य पारंपरिक आहेत आणि म्हणूनच दृढ आहेत, खऱ्याखुऱ्या व्यवसायाचा गाभा आहेत. या मूल्यांची जोपासना कोणत्याही संस्थेच्या कोणत्याही विभागामध्ये करणं सहज शक्य आहे.

प्रस्तावना

फिश! ही एक जबरदस्त कथा आहे, ज्यावर जॉन क्रिस्टेन्सेननी एक फिल्म बनवली होती. सिअॅटल येथील जगप्रसिद्ध 'पाइक प्लेस फिश मार्केट'वर आधारित असलेली, ती एक उत्कृष्ट व्हिडीओ फिल्म होती. जॉन आणि त्याची चार्टहाऊस कंपनी यांच्या चाणाक्ष नजरेने या मार्केटमधील उत्साही लगबग अचूकपणे कॅमेऱ्यात टिपली होती. माझ्या प्रत्येक कार्यशाळेमध्ये मी ही फिल्म आवर्जून दाखवतो. कामकाजाच्या जागी उत्साही आणि समर्पित वृत्तींनी परिपूर्ण वातावरण असेल, तर यक्षिणीची कांडी फिरल्यागत जादू होते. माझ्या *'गन्ग हो!'* (चिनी 'कुंग-हो' म्हणजेच उत्साही, समर्पित) आणि *'रेव्हिंग फॅन्स'* (जबरदस्त चाहते!) या पुस्तकांद्वारा त्याची प्रचिती येते.

हॅरी पॉल हा माझा अनेक वर्षांचा सहकारी आहे. तो, स्टिफन लन्डिन आणि जॉन यांनी या पुस्तकाद्वारे फिश! या फिल्मला शब्दांत उतरवलं आहे. पुस्तकाच्या या माध्यमातदेखील फिशची हळुवार प्रेमकथा तितकीच सुंदर खुलली आहे. अर्थात ही प्रेमकथा आपल्या कामकाजाप्रती समर्पित आहे. या पुस्तकामध्येदेखील सुचवलं आहे की, आपण करत असलेलं काम आवडून घ्यायचं, त्या कामावर प्रेम करायचं असं आपण ठामपणे ठरवलं की, मग आंतरिक समाधानाची अनुभूती यायला वेळ लागत नाही. आनंद आणि सार्थक यांचीदेखील प्रचिती येते.

तुम्ही म्हणाल की, हे सारं महत्त्वाचं आहे का? मी तर म्हणेन की, हो! खूप महत्त्वाचं आहे. कारण आपण सर्व मोठे लोक आपल्या जागेपणीचा ७५ टक्के काळ हा आपल्या कामकाजाशी निगडित

असलेल्या गोष्टींमध्ये व्यतीत करतो. अगदी सकाळी उठल्यानंतर कामावर जायला तयार होण्यापासून ते कामाच्या ठिकाणी पोहोचण्यासाठी प्रवास करणे, प्रत्यक्ष कामाच्या ठिकाणी काम करणे, कामाचं चिंतन-मनन करणे आणि सरतेशेवटी ते काम मनावेगळं करायचा प्रयत्न करणे, या सर्व गोष्टींचा त्यामध्ये समावेश होतो. नाही का? आपल्या आयुष्याचा एवढा प्रचंड कालावधी आपण ज्या कामाकरता खर्च करतो, ते काम आपल्याला आवडलं तर पाहिजेच; शिवाय ते केल्याचं समाधानदेखील लाभायला पाहिजे. आपलं काम हे चैतन्याचा झरा असलं पाहिजे. उलटपक्षी आज परिस्थिती अशी आहे की, लोकांना आनंदाच्या, चैतन्याच्या शोधात इतरत्र जावं लागत आहे. शुक्रवार आला की, सुटकेचा नि:श्वास टाकणाऱ्यांची वाढती संख्या पाहिली की, याची प्रचिती येते.

हे सर्व थांबवावसं वाटतं आहे का? आता ते सहजशक्य आहे. तुम्ही फिश! वाचा, तुमच्या सहकाऱ्यांना त्याबद्दल सांगा, त्यांना तुमच्या योजनेत सहभागी करा. या पुस्तकाद्वारे लन्डिन, पॉल आणि क्रिस्टेन्सेन यांनी ज्या चार क्लृप्त्या तुमच्यासमोर ठेवल्या आहेत, त्या आत्मसात करा आणि मग बघाच कमाल! मी तुम्हाला ठामपणे सांगतो की, फिश!मुळे प्रत्येक व्यवस्थापकाचा भरभरून फायदाच होईल. सर्व कर्मचारी टिकून तर राहतीलच, पण आपण करत असलेल्या कामाचा त्यांना अभिमान वाटू लागेल. जिथलं वातावरण मोकळं आणि उत्साहवर्धक आहे, तिथे काम करण्यासाठी सारे उत्सुक असतात, हे लक्षात घ्या. फिश! फिलॉसॉफीमुळे प्रत्येक कर्मचाऱ्याचा वैयक्तिक फायदा होईल. मानसिक आणि शारीरिक थकवा दूर करण्याची ताकद फिश!मध्ये आहेच. शिवाय, आपण करत असलेल्या कामात आपल्याला रसदेखील निर्माण होतो, फिश!च्या अंमलबजावणीमुळे!

मी स्वत: फिश!मुळे खूप प्रभावित झालो आहे. माझ्या मते, हे एक उत्तम पुस्तक आहे. जगप्रसिद्ध 'पाइक प्लेस फिश मार्केट'ची कथा खरोखरच खूप रंजक आहे. तरीही मी असं सांगीन की, हे पुस्तक म्हणजे निव्वळ 'मासे कसे विकायचे' याची मार्गदर्शिका नाही. एका दृष्टीने विचार करता हे पुस्तक म्हणजे जणू प्रेमकथा आहे, अगदी तुमच्या संस्थेमध्येसुद्धा घडू शकते अशी!

आपण जे काही करतो, ते मनापासून करावं

आजच्या युगाचा मंत्र आहे की, ज्या गोष्टीवर मनापासून प्रेम आहे, तीच गोष्ट करायची. त्या व्यतिरिक्त कशाकडेही पाहायचं नाही. आपली प्रिय गोष्ट केली की, लक्ष्मी तुमच्या मागे येणारच – मग ते कविता लिहिणं असो, चित्र काढणं असो की, दर्यावर्दी होणं असो. आपण स्वत:लाच सातत्याने बजावत राहतो की, आपलं हे आयुष्य इतकं क्षणभंगुर आहे की, ते उगाच असल्या-तसल्या फालतू गोष्टींपायी वाया घालवता कामा नये. आपल्या मनात असलेल्या आदर्श प्रतिमेच्या शोधात आपण अनेक वाटा चोखाळत हिंडतो. यातला एक धोका आपल्या लक्षातच येत नाही. आदर्शाच्या शोधात भविष्याच्या दिशेने भटकंती चालू असताना समोर असलेल्या वर्तमानातला सोनेरी क्षण कसा, कधी आणि कुठे निसटतो, हेच आपल्याला उमगत नाही.

परखडपणे विचार केला तर तुमच्याही लक्षात येईल की, आपल्या मनातल्या आदर्शाच्या शोधात आपण निघालो तरी आपल्या मार्गात अनेक अडथळे असतात. त्यामुळे प्रत्येक जण या शोधाची सुरुवात तरी करू शकेल की नाही, हादेखील प्रश्नच असतो. आपल्यापैकी अनेकांवर कौटुंबिक, सामाजिक जबाबदाऱ्या असतात. काहींच्या अंतर्मनापर्यंत या शोधाची साद पोहोचलेली नसते. काहींच्या वैयक्तिक आयुष्यामध्ये इतक्या प्रचंड प्रमाणावर ताण असतो की, नवीन काही शोधायची, करायची उमेदही उरत नाही अन् सवडही होत नाही.

फिश! ही एक नीतिकथा आहे, असं म्हणता येईल. अर्थात, ती काल्पनिक आहे आणि आधुनिक युगाकरता चपखल आहे. या कथेमध्ये शोध घेतला आहे, ऊर्जेच्या खोलवर गाडल्या गेलेल्या स्रोताचा, प्रयत्न केला आहे, उपजत सर्जनशीलता

आणि अभिव्यक्ती यांची सांगड घालण्याचा. ऊर्जा, सर्जन आणि अभिव्यक्ती ही त्रयी तुमच्या-माझ्या साऱ्यांच्याच ठायी आहे, उपजतच. आपण करत असलेलं काम मनापासून करायला सुरुवात केली, तशीच सवय लावून घेतली की, हा शोध सुकर होणार आहे. तुम्ही करत असलेलं काम तुमच्या आवडीचं नसलं, तरी हा अविष्कार तुम्ही अनुभवणार आहात.

– केन ब्लॅन्कार्ड

द वन मिनिट मॅनेजर, रेव्हिंग फॅन्स, गन्ग हो!

या पुस्तकांचे सहलेखक

सिॲटल : सोमवार सकाळ

सिॲटलचा तो सोमवार चिंब ओला आणि थंडगार होता. सगळीकडे भयाण आणि खिन्न वातावरण जाणवत होतं. दुपारी कदाचित वातावरणात थोडासा बदल होऊ शकेल, असा वेधशाळेचा अंदाज होता. अशा वाईट दिवशी मेरी जेन रेमिरेझला दक्षिण कॅलिफोर्नियाची आठवण हटकून येत असे.

गेल्या तीन वर्षांचा काळ मेरी जेनच्या डोळ्यांसमोरून झरकन गेला. 'खरंच! आपल्या आयुष्यात केवढी प्रचंड उलथापालथ झाली आहे ना!' तिच्या मनात आलं. तीन वर्षांपूर्वी तिच्या नवऱ्याला – डॅनला – मायक्रोरूल या त्याच्या कंपनीकडून एक झकास संधी मिळाली होती. मेरी जेनला खात्री होती की, या नवीन ठिकाणी तिलासुद्धा योग्य काम मिळेल. एकदा निर्णय झाल्यावर पुढच्या गोष्टींना वेळ लागला नाही. जेमतेम चार आठवड्यांच्या कालावधीत त्यांनी सगळी आवराआवर केली आणि सिॲटलला स्थलांतर केलं. तिथे

आल्यावर सगळ्यात आधी त्यांनी मुलांकरता डे-केअर सेंटरची निवड केली. लॉस एंजेलिसमधील त्यांचं घर चांगल्या किमतीला विकलं गेलं. या आघाडीवरदेखील ते नशीबवान ठरले. मेरी जेनला वाटणारी खात्री अनाठायी नव्हतीच. अल्पावधीतच 'फर्स्ट गॅरंटी फायनान्शियल' या सिॲटलमधल्या प्रथितयश कंपनीच्या 'ऑपरेशन विभागा'त सुपरवायझर म्हणून तिची नेमणूक झाली.

डॅनला मायक्रोरूलमधील त्याचं काम खूप आवडलं होतं. ऑफिसमधून संध्याकाळी घरी येतानासुद्धा तो उत्साहात असे. कंटाळा, मरगळ यांचा मागमूसदेखील त्याच्या चेहऱ्यावर दिसत नसे. आपल्या या नवीन कंपनीच्या कामाच्या अनोख्या पद्धतीबद्दल किती बोलू आणि किती नको, असं त्याला होत असे. मुलांना झोपवल्यानंतर आपल्या कामाबद्दल बोलत बसणं, हा त्या दोघांचाही आवडता दिनक्रम होता. ज्या उत्सुकतेने तो आपल्या कंपनीबद्दल बोलत असे, त्याच उत्सुकतेने तो मेरी जेनचे तिच्या कंपनीतील अनुभवही ऐकत असे. तिचं नवीन ऑफिस, तिथलं नवीन प्रकारचं काम आणि त्याहून महत्त्वाचं म्हणजे तिथली सगळी माणसं या सगळ्यांना मेरी जेन कशी स्वीकारते आहे, हे तो आवर्जून जाणून घेत असे. आपल्या अनुभवांची देवाण-घेवाण करताना ते एकमेकांमध्ये हरवून जात असत. त्यांना एकत्र बघणाऱ्याला त्यांच्यातल्या मैत्रीची सहजच कल्पना येत असे. एकमेकांच्या सहवासात त्यांच्यातील चेतना अधिक सजग होत असत.

ही नोकरी बदलताना त्यांनी प्रत्येक गोष्टीचा सर्वांगीण विचार केला होता. सर्व शक्यता पडताळून पाहिल्या होत्या. परंतु एक शक्यता अशी होती, जिचा विचार त्यांच्या मनात डोकावला नव्हता. आपल्या आखणीप्रमाणे सारंकाही व्यवस्थित चाललं आहे हे पाहून ते सुखावले होते, स्थिरावले होते. परंतु नियतीच्या मनात काहीतरी वेगळंच होतं. तिच्या एका फटक्यासरशी त्यांचं सगळं नियोजन धुळीला मिळालं. सिॲटलला येऊन स्थिरस्थावर झाल्यावर साधारण एक वर्षानी डॅनला अंतर्गत रक्तस्राव झाला. हॉस्पिटलमध्ये पोहोचल्यावर उपचारांचा अवधी न देता बेशुद्धावस्थेतल्या डॅनने जगाचा निरोप घेतला. मेरी जेनला आणि आपल्या दोन मुलांना शेवटचं पाहणंदेखील त्याच्या नशिबात नव्हतं.

'हं! या घटनेलादेखील आज बरोबर दोन वर्षं झाली. डॅन गेला

तेव्हा सिॲटलमध्ये येऊन आम्हाला वर्षदेखील झालं नव्हतं.' मेरी जेनच्या मनात आलं.

तिच्या मनात दु:खाच्या, वेदनेच्या, एकटेपणाच्या भावनांनी कल्लोळ केला होता. पण आपण कुठे आहोत याची जाणीव होताच तिने आपल्या मनाला आवर घातला. *'आपण ऑफिसमध्ये आहोत, आपल्यासमोर कामाचे प्रचंड ढीग आहेत आणि घरी जायला अजून चिक्कार अवकाश आहे.'* आपल्या मनाची अशी समजूत घालून तिने सर्व त्रासदायक विचारांना महत्प्रयासाने बाजूला सारलं.

फर्स्ट गॅरंटी फायनान्शियल

मेरी जेन तीन वर्षांपूर्वी 'फर्स्ट गॅरंटी फायनान्शियल'मध्ये कामाला लागली होती. या काळात तिने चांगलं काम केलं होतं. तिच्यावर टाकलेल्या जबाबदाऱ्या ती उत्तमप्रकारे पार पाडत असे. तसा तिचा लौकिक झाला होता. बरं हे सगळं ती ऑफिसच्या चौकटीत राहूनच करत होती. ऑफिसच्या वेळेच्या आधी यायचं, नंतरही सारे जण गेल्यावर काम करत राहायचं, अशी तिची पद्धत नव्हती. तिच्या कामकाजाच्या योग्य नियोजनामुळेच तिची कामं साचून राहत नसत. कुठलीही गोष्ट लांबणीवर टाकणं, हा तिचा स्वभाव नव्हता. त्यामुळे तिच्या टेबलवर कागदांचे, फाइल्सचे ढीग साठल्याचं चित्र कधीच दिसत नसे. अर्थात, तिच्या टापटीप कामाचा एकच तोटा होता. तो म्हणजे, आपलं काम तिच्या विभागामार्फत मार्गी लागावं अशी प्रत्येकाचीच इच्छा असे. त्यात वावगं काहीच नव्हतं. कारण कामाचा दर्जा घसरू न देता ते वेळेवर पार पाडणं, यावर तिचा कटाक्ष असे.

बॉस म्हणूनसुद्धा ती चांगली होती. आपल्या हाताखालच्या लोकांच्या कल्पना आणि कळकळ यांची तिला जाणीव होती. ती सगळ्यांना बोलायची संधी देत असे, त्यांचं बोलणं मन:पूर्वक ऐकून घेत असे. दुसऱ्यांचा आदर करण्याचा तिचा स्वभाव होता आणि त्यामुळे तिच्याप्रती साऱ्यांनाच आदर होता. आपल्या स्टाफला ती सहजगत्या सांभाळून घेत असे. एखाद्या कर्मचाऱ्याच्या घरी आजारी मूल असो किंवा एखाद्या कर्मचाऱ्याला महत्त्वाचं काही काम असो, ती त्यांना आवश्यक ती

सवलत देत असे. शिवाय तिच्या या वैयक्तिक चांगुलपणाच्या पलीकडे जाऊन तिच्याबद्दल विचार केला, तर एक व्यवस्थापक म्हणून आपल्या विभागाच्या क्षमता वाढवून, साऱ्यांच्या अपेक्षा पूर्ण करून तिने आपलं व्यावसायिक कौशल्यदेखील दाखवून दिलं होतंच. बरं, हे सगळं करताना कुठेही कडक शिस्तीचा बडगा नव्हता की कामाचा ताण नव्हता. उलटपक्षी तिच्या विभागात कायमच खेळकर आणि उत्साही वातावरण असे. कुणीही सहकारी मरगळलेला, उदासीन दिसत नसे. आपलं काम चांगल्याप्रकारे आणि ठरलेल्या वेळेत पूर्ण करण्याचा सगळ्यांचा मानस असे. तिच्याबरोबर आणि तिच्यासाठी काम करणं हे केवळ तिच्या विभागातल्या, तिच्या हाताखालच्या लोकांना आवडत होतं असं नाही, तर तिच्या इतर सहकाऱ्यांनाही आवडत होतं. तिच्या विभागावर सगळ्यांचीच भिस्त होती.

मात्र, या विभागाच्या अगदी विरोधी वातावरण होतं, तिसऱ्या मजल्यावर. तिथे काम करणाऱ्या ऑपरेशन विभागाबद्दल कंपनीतल्या कोणाचंही चांगलं मत नव्हतं. मेरी जेनच्या विभागाच्या बरोबर उलटी परिस्थिती या विभागात दिसून येत होती. त्या विभागाचा उल्लेख बेजबाबदार, विचित्र, अरेरावी, हेकट, मुजोर, मंद, विक्षिप्त, वाया गेलेले, नकारात्मक अशांसारख्या शेलक्या विशेषणांनी केला जाई. अथपासून इतिपर्यंत साऱ्यांच्या तिरस्काराला हा विभाग पात्र होता, असं म्हटलं तरी चालेल. मात्र, दुर्दैवाची गोष्ट अशी होती की, त्या विभागाच्या हातात 'फर्स्ट गॅरंटी फायनान्शियल'च्या सर्व व्यवहारांचं काम होतं. त्यामुळे त्यांना डावलून किंवा वगळून चालत नसे. परंतु त्यांच्या अवगुणांपायी सारेच जेरीस आले होते. त्यांच्याकडून काम करवून घेणं म्हणजे आपणहून आगीत उडी घेणं, ही भावना साऱ्यांच्या मनात दृढ झाली होती.

स्वाभाविकच त्यांच्याबद्दल अनेक कथा-दंतकथांना पेव फुटत असे. तिथे घडलेल्या एवढ्याशा गोष्टीचाही गवगवा होत असे. तिसऱ्या मजल्यावर जाऊन येणारा प्रत्येक जण त्या जागेचं वर्णन 'निर्जीव जागा' असंच करत असे. तिथलं सर्व चैतन्य हरवलेलं होतं आणि दुसऱ्या विभागातील कोणी कर्मचारी तिथे गेला, तर जणू कुणीतरी आपल्यातलं चैतन्य शोषून घेत असल्याची भावना त्या व्यक्तीच्या मनात जोर धरत असे.

काही दिवसांपूर्वी घडलेली एक घटना मेरी जेनला आठवली. तिचा एक सहकारी दुसऱ्याला सांगत होता, "अरे, मला तर नोबल प्राइज मिळायला पाहिजे रे!"

"का बरं?"

"अरे बाबांनो, तिसऱ्या मजल्यावर जिवंतपणाचं लक्षण जाणवत असल्याचा शोध मला लागला आहे."

त्याच्या या वक्तव्यावर सातमजली हास्य उसळलं होतं.

या घटनेनंतर काही आठवड्यांनी मेरी जेनने 'फर्स्ट गॅरंटी फायनान्शियल'च्या या कुप्रसिद्ध ऑपरेशन विभागाची जबाबदारी घ्यायचं मान्य केलं, खरंतर बिचकत-बिचकत. तिचं प्रमोशनही करण्यात आलं होतं. कंपनीला तिच्याकडून खूप आशा होत्या. परंतु तिच्या मनात प्रचंड धाकधूक होती. आपल्या नोकरीमध्ये ती चांगली रुळली होती. शिवाय डॅनच्या अकाली मृत्यूनंतर कुठलीही जोखीम घ्यायला ती पूर्वीसारखी बिनधास्त पुढाकार घेत नव्हती. ती ज्या विभागामध्ये काम करत होती, तिथल्या सर्वच कर्मचाऱ्यांनी तिला डॅनच्या जाण्यानंतर सांभाळून घेतलं होतं. त्या सगळ्यांची मनं तिच्याशी जणू सांधली गेली होती. आपल्या संकटाच्या वेळी ज्यांनी आपल्याला मदतीचा हात दिला, त्यांना असं सोडून जाणं तिला खूप कठीण जाणार होतं.

तिसऱ्या मजल्याच्या कुप्रसिद्धीची पुरेपूर जाणीव मेरी जेनला होतीच. वास्तविक पाहता प्रमोशन आणि पगारवाढ या दोन्हीच्या बदल्यात तिसऱ्या मजल्याची जबाबदारी हा तोट्याचा व्यवहार होता. तरीदेखील डॅनच्या आजारपणात झालेला प्रचंड खर्च लक्षात घेता, तिला या पगारवाढीची नितांत आवश्यकता होती, हे वास्तव होतं. त्यामुळेच नाइलाजाने का होईना तिला तिसऱ्या मजल्याची पायरी चढणं भाग पडलं. हे पद स्वीकारणारी ती तिसरी व्यक्ती होती आणि तेही केवळ दोन वर्षांच्या कालावधीत.

तिसरा मजला

इथे दाखल झाल्यावर मेरी जेनचे पहिले पाच आठवडे तर सगळ्या सहकाऱ्यांना जोखण्यात आणि समजून घेण्यात गेले. त्यांच्याबाबत

आत्तापर्यंत कानावर पडलेल्या पार्श्वभूमीवर तिला असं लक्षात आलं की, त्यातले अनेक जण खूप छान आहेत. आपल्या या शोधामुळे तिला आश्चर्याचा सुखद धक्का बसला. तरीदेखील तिसऱ्या मजल्याची दुष्कीर्ती किती योग्य आहे, हेसुद्धा तिच्या लक्षात आलं. हे मत तिने एका दिवसात बनवलं नव्हतं. गेल्या पाच आठवड्यांच्या निरीक्षणाचा हा परिपाक होता.

तिने टिपलं होतं की, बॉब – जो गेली पाच वर्षं या मजल्यावर काम करतो, तो फोनची बेल वाजली की, सातव्या बेलनंतर फोनचा प्लग मुद्दाम काढून टाकतो. मार्था आपल्या कामाबद्दल फुशारक्या मारतानाही तिने ऐकलं होतं. जर कुणी मार्थाच्या मागे आपलं काम संपवण्याचा तगादा लावला, तर मार्था अशा व्यक्तीच्या फाइल्स हेतुपुरस्सर 'आउट बास्केट'मध्ये टाकत असे आणि 'चुकून झालं असेल' अशी सारवासारवदेखील करत असे. जेव्हा-जेव्हा मेरी जेन 'ब्रेक रूम'मध्ये चक्कर टाकत असे, तेव्हा-तेव्हा तिथे कुणी ना कुणी डुलक्या काढताना दिसून येई.

जवळ-जवळ रोजच सकाळी ऑफिसची वेळ झाल्यावर वाजणाऱ्या फोन बेलकडे पाहायला कुणी हजर नसे. पंधरा-वीस मिनिटांचा उशीर ही तर नित्यनेमाची गोष्ट झाली होती. बरं उशिराची कारणं शेकडो असत आणि तितकीच पुळचटदेखील. या मजल्यावर प्रत्येक कृतीची गती अतिशय हळू होती. या मजल्याला 'झपाटलेलं' आहे, असं म्हणत ते काही उगीच नाही. या सर्व परिस्थितीवर कशी मात करायची हे मेरी जेनला सुचत नव्हतं. सध्या तरी ती सुन्न मनोवस्थेत प्रेक्षकाच्या भूमिकेत होती.

आदल्या रात्री मुलं झोपल्यावर तिने आपल्या जर्नलमध्ये आपले विचार व्यक्त केले होते. अर्थातच, तिसऱ्या मजल्यावरील आपल्या ऑफिसच्या संदर्भात.

शुक्रवारी बाहेर प्रचंड गारठा आणि भयाण वातावरण होतं. परंतु माझ्या केबिनच्या खिडकीतून मला ऑफिसमधलं जे वातावरण जाणवलं, ते त्याहून वाईट होतं. त्यापुढे बाहेरचं वातावरण बरं होतं, असंच म्हणावं लागेल. माझ्या ऑफिसमध्ये एक प्रकारचा

सुन्न, भयाण गारठा होता. ना कुठे ऊब जाणवत होती, ना कुठे ऊर्जा. या तिसऱ्या मजल्यावर माणसांचा राबता आहे, हेच मला अनेकदा खरं वाटत नाही. इथल्या या माणसांना काही हालचाल करायला प्रवृत्त करायचं असेल, तर त्यांना नुसतं हलवून उपयोग नसतो. त्याकरता एखादं मोठं प्रयोजन शोधावं लागतं आणि सगळ्यांत वाईट गोष्ट म्हणजे या ऑफिसमध्ये घडणाऱ्या कुठल्याही बाबीबद्दल कोणालाही यत्किंचितही उत्साह किंवा उत्सुकता वाटत नसते.

माझ्या हाताखाली एकूण तीस जण काम करत आहेत. म्हणजे अर्थात, या तीस जणांनी केलेल्या कामाबद्दल मला जबाबदार धरलं जातं. त्यांच्या कामाची थोरवी ती काय सांगावी? अतिशय निरुत्साही वातावरणात, अत्यंत धिम्या गतीने ते आपलं काम करतात. कामाच्या तासांच्या तुलनेत झालेल्या कामाचं प्रमाण अतिशय कमी असतं. स्वाभाविकच त्यांना मिळणारा त्याचा मोबदलादेखील तसाच अल्प असतो. इथे असणाऱ्यांपैकी अनेक लोक वर्षानुवर्षं तेच-तेच काम करत आहेत. त्यामुळे ते प्रचंड कंटाळले आहेत. आणि ते स्वाभाविकच आहे म्हणा! तसं बघितलं तर ते सगळे जण मनाने खूप चांगले आहेत. पण त्यांच्यात असलेला उत्साह, जिगीषा सारंकाही विझल्यागत झालं आहे. या विभागाचं वातावरण इतकं नाउमेद करणारं आहे की, कुठल्याही नवागताला त्याचा फटका बसल्याशिवाय राहत नाही. मनामध्ये कल्पनांचं प्रचंड भांडार घेऊन येणारा प्रत्येक जण इथल्या नकारात्मकतेची झळ लागून करपून जातो, मिटून जातो. मी स्वत: जेव्हा माझ्या कर्मचाऱ्यांच्या विभागातून चक्कर मारते, तेव्हा माझाही जीव घुसमटतो. जणू तिथे ऑक्सिजनच नसतो.

मागच्याच आठवड्यातली गोष्ट आहे ही. माझ्या लक्षात आलं की, इथल्या कर्मचाऱ्यांपैकी चार कर्मचारी अजूनही कॉम्प्युटरचा योग्य वापर करत नाहीत. दोन वर्षांपूर्वी बसवलेली नवीन कॉम्प्युटर-प्रणाली न स्वीकारता जुन्या पद्धतीनुसार त्यांचं कामकाज चालू आहे. का? तर त्यांना तेच सोयीचं वाटतं म्हणून.

आश्चर्याचे असे किती धक्के मला अजूनही बसायचे बाकी आहेत?

विचारांती माझ्या लक्षात येतंय की, 'बॅक ऑफिस' म्हटलं की सर्वसाधारण असं काळपट, उदास चित्र आपल्यासमोर येतं. इथे फार काही घडत नसतं, उलट बिघडतच असतं. वेगवेगळ्या प्रकारची कागदपत्रं हाताळणं आणि निपटवणं याव्यतिरिक्त काहीच नसतं. तोचतोचपणा आणि रटाळ, कंटाळवाणं काम यामुळे कामाबाबत उदासीनता न वाटली तरच नवल. ही सगळी परिस्थिती आमूलाग्र बदलायला हवी आहे. या विभागात होत असलेलं काम कंपनीच्या दृष्टीने किती महत्त्वाचं आहे, हे या सगळ्यांच्या लक्षात आणून द्यायला हवं आहे. आम्ही इथे जे काम पूर्ण करतो, त्यामुळेच तर कंपनीला तिच्या ग्राहकांची कामं पूर्ण करणं शक्य होतं, हे सत्य या साऱ्यांपर्यंत पोहोचायला हवं आहे.

तसं पाहिलं, तर कंपनीच्या कामाचा एकंदरीत आवाका लक्षात घेता, आमच्या विभागाचं काम तुलनेनं कमी असलं तरी नगण्य नाही. शिवाय ते अतिशय किचकटदेखील आहे. पण यातला सर्वांत वाईट भाग म्हणजे या विभागाला गृहीत धरलं जातं, सरसकट सगळ्यांकडून. या विभागाच्या अस्तित्वाची दखल घेण्याचं दाक्षिण्यसुद्धा कोणी दाखवत नाही. केवळ या विभागाच्या दुष्कीर्तीमुळे त्याची इतरांना माहिती झाली आहे. नाहीतर हा विभाग कुणाच्या खिजगणतीतदेखील नव्हता.

माझ्या मते, इथे काम करणारे आम्ही सर्व जण आर्थिक गरजेपायी नाइलाजास्तव टिकून आहोत. या विभागाबद्दल आम्हाला ना प्रेम आहे, ना आपुलकी. फार दूर कशाला, माझं स्वत:चंच उदाहरण काय सांगतं? इथे काम करणाऱ्या बहुतांशी स्त्रिया आपली मुलं एकट्यानेच वाढवत आहेत. पुरुष कर्मचाऱ्यांपैकी एक जण देखील एकटाच आपल्या मुलाला सांभाळतो आहे. जॅकची गोष्ट थोडी वेगळी आहे, कारण त्याचे आजारी वडील नुकतेच त्याच्याकडे राहायला आले आहेत. बोनी आणि तिचा नवरा आपल्या दोन नातवंडांना सांभाळत आहेत. आम्ही सगळेच आपापल्या समस्यांनी ग्रस्त आहोत. परंतु आम्हाला या तिसऱ्या

मजल्यावर बांधून ठेवणाऱ्या तीन सामाईक बाबी आहेत. त्या म्हणजे – पगार, सुरक्षा आणि इतर लाभ.

जर्नलमध्ये लिहिलेल्या आपल्या शेवटच्या वाक्याचा विचार करत मेरी जेन काही काळ तशीच बसून राहिली. 'बॅकरूम ऑपरेशन'मध्ये काम मिळालं की, आयुष्यभरासाठी काळजी उरत नाही, याची सगळ्यांना जाणीव होती. शिवाय, जोडीला भरपूर पगार मिळत असे. आपल्या जागेवरून बसल्या बसल्याच तिने बाहेरच्या बाजूला नजर टाकली. तिच्या सहकाऱ्यांच्या केबिन्स नजरेस पडत होत्या. तिच्या मनात काही प्रश्न उपस्थित झाले. आपल्याला वाटणारी सुरक्षा ही आपली भ्रामक समजूत असू शकते, याची जाणीव माझ्या सहकाऱ्यांना आहे का? आमच्या या व्यवसायामध्ये वेगाने घडत असणाऱ्या बदलांची कल्पना त्यांना आहे का? फायनान्शियल सर्व्हिस मार्केटमध्ये क्रांतिकारी बदल होतो आहे. त्यामध्ये टिकून राहण्यासाठी आम्हाला स्वत:ला बदलावं लागेल, याची यत्किंचित तरी जाणीव त्यांना आहे का? आणि हा बदल करण्यात आम्ही अयशस्वी ठरलो, तर कदाचित आमच्या या नोकरीचं अस्तित्वही धोक्यात येईल, हे त्यांना कळतंय का? सगळ्यांना नोकरीसाठी वणवण हिंडावं लागेल, हे लक्षात येतंय का?

तिच्या मनातल्या या प्रश्नांची उत्तरं शोधायला कुठेच जायची गरज नव्हती. कारण एक मोठ्ठा नकार तिला दिसत होता. तिच्या स्टाफने स्वत:च्या कामाच्या पद्धती ठरवून टाकल्या होत्या. विशिष्ट चौकटीमध्ये स्वत:ला बांधून घेतलेलं होतं. त्या व्यतिरिक्त काहीही करण्याची त्यांना इच्छा नव्हती. दुसरी महत्त्वाची गोष्ट म्हणजे तिचा स्टाफ सातत्यानी दुर्लक्षित राहिला होता. त्यांनी काम करत राहणं, हे इतरांनी गृहीत धरलं होतं. त्यामुळे निवृत्त होईपर्यंत कसंबसं काम करून आला दिवस ढकलण्याची मनोवृत्ती त्या साऱ्यांमध्ये निर्माण झाली होती. आपल्या निवृत्तीपूर्वी कुठले बदल व्हावेत अशी त्यांना अपेक्षा तर नव्हतीच, परंतु इच्छा त्याहून नव्हती. तिने स्वत:च्या मनात डोकावून स्वत:चे विचार जाणण्याचा प्रयत्न केला. तिचे विचार काही वेगळे होते का?

फोनच्या वाजणाऱ्या बेलनी तिला वर्तमानात ओढून आणलं. तो

फोन ठेवल्यावर जवळ-जवळ तासभर तिने सगळं ऑफिस डोक्यावर घेतलं. एका महत्त्वाच्या क्लायन्टची फाइल गहाळ झाली होती. ती फाइल सगळ्यात शेवटी तिसऱ्या मजल्यावर दिसली होती, असं अनेकांचं म्हणणं होतं. भरीत भर म्हणून दुसऱ्या विभागात काम करणारी एक महिला कर्मचारी तिसऱ्या मजल्यावर येऊन पोहोचली. तिचं काम या तिसऱ्या मजल्याने इतके दिवस तंगवलेलं होतं की, ती प्रचंड वैतागली होती. तिनेही अक्षरश: आकांड-तांडव करायला सुरुवात केली होती. येनकेन प्रकारेण त्या तिसऱ्या मजल्यावर काहीतरी हालचाल तर जाणवत होती! अर्थात, एवढ्यावरच हे प्रकरण थांबलं नाही. लीगल डिपार्टमेंटकडून आलेला फोन लागोपाठ तीन वेळा डिसकनेक्ट केला गेला. एका महत्त्वाच्या प्रोजेक्टवर काम करणारा एक जण 'अचानक' आजारी पडल्यामुळे नेमका आजच सुटीवर गेला होता. या गदारोळात सगळी सकाळ उलटली. मेरी जेनने अतिशय वैतागून आपला टिफिन उचलला आणि ती आपल्या ऑफिसमधून निघाली.

विषारी ऊर्जेचा कचरा डेपो

मेरी जेन आपलं दुपारचं जेवण ऑफिसमध्ये न घेता बाहेर कुठेतरी जाऊन घेत असे. गेले पाच आठवडे तिने हा परिपाठ ठेवला होता. कारण ऑफिसच्या कॅफेटेरियामध्ये जेवणाच्या दरम्यान होणाऱ्या चर्चांची तिला पुरेपूर जाणीव होती. कंपनीच्या गैरव्यवहारांवर आणि तिसऱ्या मजल्याच्या कारभारावर चिखलफेक करणे या व्यतिरिक्त कुठलाच वेगळा विचार तिथे होत नसे. एरवीची गोष्ट वेगळी होती. परंतु आता तिच्याकडे तिसऱ्या मजल्याची सर्व जबाबदारी आलेली असताना कॅफेटेरियामध्ये बसून स्वत:वर ओढले जाणारे ताशेरे ऐकणं तिला नको वाटत होतं. त्यापायी होणारा मनस्ताप टाळण्यासाठी मोकळ्या हवेत जाणं तिला चांगलं वाटत होतं.

बाहेर पडल्यावर ती साधारणत: जवळच असलेल्या एका कारंजाच्या जागी जात असे. आपला डबा संपवता-संपवता कारंजाचे तुषार झेलणं तिला आवडे. त्याच्या जोडीला अनेकदा तिथे आलेल्या पर्यटकांचं निरीक्षण करणे, हा तिचा आवडीचा उद्योग होता. आजूबाजूच्या दुकानातून

उत्साहाने फिरणारे, शॉपिंग करणारे पर्यटक पाहिले की, तिला प्रसन्न वाटे. एकंदरीतच तिथलं वातावरण तिला मोहवून टाके. पजेट साउंडचा तो सगळा भाग निसर्गाच्या जवळ राहण्याच्या दृष्टीने पोषक होता.

आपल्या केबिनमधून बाहेर पडून ती जेमतेम चार पावलं चालली असेल-नसेल तोच तिला तिच्या केबिनमधल्या फोनची बेल ऐकू आली. 'डे केअर'मधून फोन आला असावा, कारण आज सकाळी साराचं नाक चांगलंच वाहत होतं. हा विचार तिच्या मनात आल्यामुळे ती मागे वळली आणि तिने फोन उचलून कानाला लावला.

"मेरी जेन रेमिरेझ बोलते आहे."

"मेरी जेन, मी बोलतो आहे."

'अरे देवा! आता काय झालं असेल?' तिच्या मनात विचार आला. बिल तिचा नवीन बॉस होता. त्याची ख्याती फारशी चांगली नव्हती. म्हणूनच तिने तिसऱ्या मजल्याची जबाबदारी स्वीकारण्याआधी चार-चारदा विचार केला होता, कारण तिचंही त्याच्याबद्दलचं मत फारसं चांगलं नव्हतं. त्याला हुकूम सोडायची सवय होती. दुसऱ्याचं म्हणणं पूर्णपणे ऐकून घेणं, त्याला जमत नसे. प्रत्येकाच्या प्रोजेक्टबद्दल आपल्या एकट्यालाच इत्थंभूत माहिती आहे, अशाप्रकारे तो वागत असे. 'मेरी जेन, स्टॅन्टन प्रोजेक्टमध्ये सध्या काय चालू आहे, हे तुला माहिती तरी आहे का?' अशा तऱ्हेनेच तो बोलत असे. गेल्या दोन वर्षांत तिसऱ्या मजल्यावर तीन वेळा मॅनेजर बदलला गेला होता. या बदलाचं कारण केवळ तिसरा मजलाच नसून बिलदेखील त्याकरता तितकाच जबाबदार आहे, असं मेरी जेनला वाटू लागलं होतं.

"मेरी जेन, आत्ताच लीडरशिप ग्रुपची मीटिंग झाली. मला तुला ताबडतोब भेटायचं आहे."

"बिल, काही अडचण आली आहे का?"

"त्यांच्या असं लक्षात आलं आहे की, एकंदरीत परिस्थिती कठीण आहे. सद्य:परिस्थितीतून तरून जायचं असेल तर, सगळ्यांनीच झटून कामाला लागणं आवश्यक आहे. प्रत्येकाला शंभर टक्के योगदान द्यावंच लागेल. नाहीतर मग जे बदलायला तयार नाहीत, त्यांनाच बदलायची वेळ येईल. ज्या विभागांकडून पुरेसं योगदान मिळत नाही, त्या विभागांकडे चर्चेचा ओघ वळला आणि असं लक्षात आलं की,

त्यातही काही विशिष्ट विभागांमध्ये असलेला निरुत्साह आणि उदासीनता यांमुळे कंपनीच्या एकूण सकारात्मकतेवर परिणाम होतो आहे.''

ही प्रस्तावना ऐकून मेरी जेनला प्रचंड ताण जाणवू लागला.

''त्याचं काय आहे, आपले 'बिग बी' नुकतेच एका कॉन्फरन्सला जाऊन आले आहेत. तिथला विषय होता, 'कार्यालयीन जागेचा आत्मा.' 'बिग बी'ला त्या कल्पनेनं प्रचंड झपाटून टाकलं आहे. आपल्या कंपनीच्या सर्व अडचणींचं मूळ तिसऱ्या मजल्यावर दडलं आहे, अशी त्याची तर खात्रीच झाली आहे. अर्थात, मी हा ठपका एकट्या तिसऱ्या मजल्यावर येऊ द्यायला तयार नाही म्हणा....''

''काय? त्यांच्या मते फक्त तिसराच मजला?''

''सांगतोय काय मग? 'बिग बी' आपल्या तिसऱ्या मजल्यावर ठपका ठेवून थांबले नाहीत. त्यांनी तर आपल्या तिसऱ्या मजल्याचं बारसंदेखील केलं आहे. 'विषारी ऊर्जेचा कचरा डेपो!' माझ्याच हाताखालच्या एका विभागाची अशी भयंकर ओळख मला मुळीच मंजूर नाही. ही किती लाजिरवाणी गोष्ट आहे!''

''काय म्हणालास? विषारी ऊर्जेचा कचरा डेपो?''

''हो! आणि त्यानंतर 'बिग बी'ने माझी अशी काही खरडपट्टी काढली आहे! तिसऱ्या मजल्याच्या संदर्भात मी काय-काय पावलं उचलली आहेत, याची माहिती त्यांना हवी होती. अर्थातच, त्यांचं म्हणणं चुकीचं नक्कीच नाही, हे मी त्यांना सांगितलं. शिवाय, तुझ्या हातात तिसरा मजला नुकताच सोपवला आहे, हेदेखील सांगितलं. इथल्या प्रगतीचा वेळोवेळी आढावा देणं, त्यांना अपेक्षित आहे. तेव्हा मला आता असं सांग की, तिसऱ्या मजल्यावरची समस्या सुटली का?''

सोडवली आहे का मी ही समस्या? मला इथे येऊन जेमतेम पाच आठवडे तर झाले आहेत. ''नाही अजून.'' तिने उत्तर दिलं.

''मेरी जेन, तुला आपल्या कामाची गती वाढवावी लागेल. तुझ्याकडून हे सारं पेलवलं जाणार नसेल, तर मला तसं स्पष्टपणे सांग. म्हणजे मी त्यानुसार आवश्यक ते निर्णय घेईन. या मजल्यावर 'ऊर्जा, उत्कटता आणि उत्साह' या त्रयींची नितांत आवश्यकता आहे, असं 'बिग बी'चं ठाम मत आहे. मात्र, या तिसऱ्या मजल्यावर ऊर्जा आणि उत्कटता

यांची वानवा का आहे, हे मला स्वत:ला तर कळतच नाहीये. इथे जे काही काम चालतं, ते किती साधं आहे. असे कोणते तीर मारावे लागतात तुम्हाला? माझं वैयक्तिक मत विचारशील तर, क्लार्क श्रेणीकडून कुठलीही अपेक्षा ठेवण्यात काहीच अर्थ नसतो. बघ! तिसऱ्या मजल्याची ही कुप्रसिद्धी आता इतकी जगजाहीर झाली आहे की, त्यामुळेच 'बिग बी'ला वाटत असावं की, तिसऱ्या मजल्याला सुधारलं तर सगळ्या ऑफिसचा कायापालट होऊ शकतो. अर्थात, हा माझा अंदाजच आहे म्हणा! बरं, मला हे सांग की, तू मला किती वाजता भेटू शकतेस?''

''दोन वाजता चालेल का?''

''अडीच वाजता?''

''हरकत नाही!''

तिच्या आवाजातली निराशा बिलच्या लक्षात आली असावी. ''मेरी जेन, इतकी त्रासू नकोस. तू काम तर सुरू कर!''

'हं! याच्यापासून काही लपून राहत नाही.' फोन बंद करता-करता तिच्या मनात आलं. म्हणे, इतकी त्रासू नकोस! तो माझा बॉस आहे हे खरंय आणि समस्या जटिल आहे, हे त्याहून खरं आहे म्हणा. पण तरीही...!

रूटीनमध्ये बदल

मेरी जेननी फोन ठेवला आणि ती दुसऱ्यांदा लिफ्टकडे निघाली. आता ती प्रचंड त्रासली होती, खरंतर भडकली होती. आपल्या तंद्रीत चालताना तिने नेहमीचा रस्ता न पकडता, फर्स्ट स्ट्रीटला येऊन उजवीकडचा रस्ता पकडला. आपल्याला विचार करायला जास्त वेळ हवा आहे, हे तिला जाणवलं. 'विषारी ऊर्जेचा कचरा डेपो' या शब्दांनी तिच्या मनात घर केलं होतं.

'विषारी ऊर्जेचा कचरा डेपो!' आता याच्यापुढे काय? आपल्याच नादात चालत असताना तिच्या मनात एक विचार चमकला. 'तिसऱ्या मजल्यावरच्या या विषारी ऊर्जेचाच तर तुला सर्वांत जास्त तिरस्कार वाटतो, नाही का? काहीतरी करायलाच हवं आहे!'

आज चालण्यासाठी तिने दुसरा रस्ता निवडला होता. शहराच्या या

भागात ती कधी आली नव्हती. अचानक तिला अनेकांच्या हसण्याचे आवाज जाणवले. आवाजाच्या रोखाने तिने पाहिलं, तर तिच्या डाव्या बाजूला असलेल्या पब्लिक मार्केटमधून ते हसणं ऐकू येत आहे, हे तिच्या लक्षात आलं. तिला आश्चर्यही वाटलं. ती त्या मार्केटबद्दल ऐकून होती. पण आर्थिक अडचणी आणि दोन लहान मुलं यामुळे ती शक्यतोवर कुठलंही खास मार्केट टाळत असे. जोवर तिच्या नवऱ्याचं मेडिकल बिल संपूर्णपणे भरलं जाणार नव्हतं, तोवर काटकसरीला पर्याय नव्हता. मोह टाळण्याकरता मोहमयी वाटा टाळणंच गरजेचं होतं. अर्थात, या रस्त्यावरून ती गाडीने गेली होती, पण आज पहिल्यांदा ती इथे पायी चालत आली होती.

पाइक प्लेसच्या दिशेने ती वळली आणि तशीच चालत पुढे आली. तिथल्या एका फिश-मार्केटमध्ये खूप गर्दी आहे आणि गर्दीतला प्रत्येक जण खूप हसतो आहे, हे तिच्या लक्षात आलं. त्या गर्दीतले सगळे जण चांगल्या कपड्यांमध्ये होते. तिथे पोहोचल्यावरही तिच्या मनावर तिसऱ्या मजल्याचा इतका प्रचंड ताण होता की, त्यातून बाहेर पडून त्या सगळ्यांबरोबर हसणं तिला नकोसं वाटलं. 'त्यापेक्षा इथून निघून गेलेलं बरं' या विचारांनी ती वळलीसुद्धा, पण तेवढ्यात तिला वाटलं की, इथल्या छानशा वातावरणाने आपल्या मनावरचं मळभ दूर होईल. तिने पुन्हा मार्केटच्या दिशेने पावलं टाकली. तेवढ्यात एका मासे विक्रेत्याने जमलेल्या सगळ्यांना आवाज दिला, "गुड आफ्टरनून, योगर्ट डूड्स!" त्याबरोबर साधारण १२-१५ जणांनी आपल्या हातातले योगर्टचे कप उंचावत त्याला सलामी दिली. 'अरे देवा! कुठे येऊन पोहोचले आहे मी?' मेरी जेनने स्वत:ला विचारलं.

जगप्रसिद्ध 'पाइक प्लेस फिश-मार्केट'

'तो मासा हवेतून उडत आला की काय? आपले डोळे आपल्याला फसवताहेत बहुधा!' तेवढ्यात पुन्हा एक मासा उडत आला. तिथल्या सगळ्याच विक्रेत्यांनी एकसारखे पांढरे एप्रन्स बांधले होते आणि काळे रबरी बूट चढवले होते. त्यातल्याच एकाने एक मोठा मासा उचलला आणि तो उभा होता तिथून साधारण वीस फूट अंतरावर असलेल्या

काउंटरच्या दिशेने भिरकावला. तो मासा जणू उडत असल्यागत भासत होता. 'हा पाहा साल्मन निघाला मिनेसोटाकडे!' त्याने आरोळी ठोकली. त्याबरोबर इतर विक्रेत्यांनी त्याची री ओढली. काउंटरजवळ उभ्या असलेल्या दुसऱ्या विक्रेत्याने उडत आलेल्या त्या साल्मनला अचूक झेललं, तेही फक्त एका हाताने. त्याच्या या अप्रतिम झेलाला सर्व लोकांनी टाळ्या वाजवून सलामी दिली. त्यानेही मोठ्या डौलाने मान झुकवून या कौतुकाचा स्वीकार केला. तिथलं वातावरण एका अनोख्या ऊर्जेनं भारलेलं होतं.

तिला तिच्या उजव्या बाजूला एक गमतीदार दृश्य दिसलं. एका विक्रेत्याच्या हातामध्ये एक मोठा मासा होता आणि तो त्या माशाचं तोंड अशा प्रकारे हलवत होता, जेणेकरून तो मासा बोलतो आहे, असा भास व्हावा. हा बोलणारा मासा पाहून तिथे उभा असलेला एक लहान मुलगा अगदी थक्क झाला होता. दुसऱ्या बाजूला थोडासा प्रौढ वाटणारा, विरळ पांढऱ्या केसांचा विक्रेता 'प्रश्न आहेत का प्रश्न? माशांवरच्या प्रश्नांची मिळतील तुम्हाला उत्तरं' असं विचारत फिरत होता. कॅश काउंटरजवळ एक तरुण विक्रेता अनेक खेकड्यांचं 'जगलिंग' (हातचलाखी करून जादू एकप्रकारे खेळ करणे.) करत होता. तेवढ्यात कोणीतरी खूप जोरजोरात हसताहेत असं तिला जाणवलं. त्या दिशेने तिने पाहिलं, तर पोट धरून हसणारे कर्मचारी तिला दिसले. त्यांचा विक्रेता त्यांनी विकत घेतलेल्या माशांसमवेत अनोखा संवाद साधत होता. एकंदरीत काय, तर त्या ठिकाणी जबरदस्त धमाल चालू होती. त्या वातावरणात आपल्या मनावरील ताण निवळतो आहे, याची तिला जाणीव झाली.

आपले योगर्टचे कप हातात उंच धरून दाद देणाऱ्या तिथल्या त्या लोकांकडे पाहून तिच्या मनात आलं, 'ऑफिसमध्ये जाणारे हे कर्मचारी मासे विकत घ्यायला इथे येतात की इथे चालणारी धमाल अनुभवायला?'

त्या एवढ्या गर्दीत एका विक्रेत्याचं लक्ष आपल्याकडे वेधलं गेलं आहे, याची मेरी जेनला जाणीवच नव्हती. तिच्या चेहऱ्यावर असलेले प्रामाणिकपणाचे आणि उत्सुकतेचे भाव पाहून तो जणू तिच्याकडे ओढला गेला.

''काय झालं? तुमच्याकडे योगर्ट नाहीये का?''

आपल्याबरोबर कोण बोलत आहे हे पाहण्यासाठी तिने मान वळवली, तर तिला लांब, काळ्या-कुरळ्या केसांचा एक देखणा तरुण दिसला. तो तिच्याकडे एकटक पाहत होता. त्याच्या चेहऱ्यावर एक मोठ्ठं हसू होतं.

"आहे ना, माझ्या बॅगमध्ये!" तिने जरासं अडखळत, आपल्या बॅगकडे निर्देश करत म्हटलं. "पण इथे नक्की काय चाललं आहे हे माझ्या तितकंसं लक्षात आलं नाहीये."

"तुम्ही आधी कधी इथे आला आहात का?"

"नाही. सहसा मी त्या तिकडच्या कारंजाच्या भागात जाते."

"खरंय! पाण्याच्या बाजूला उभं राहिलं की, किती शांत वाटतं! विशेषत: तुम्ही म्हणताय त्या भागात. इथे मात्र अजिबात शांतता नाही. आज इकडे यायचं काही खास कारण?"

तिच्या उजव्या बाजूला एक विक्रेता मोठ्या आवाजात विचारत होता, "कुणाला मासे हवे आहेत का मासे?" एक विक्रेता एका तरुणीला चिडवत होता. तितक्यात मेरीच्या डोक्यावरून एका खेकड्याने झेप घेतली. 'पाहा खेकड्यांना जाताना, सहा निघाले मॉन्टाना' अशी लकेर आणि त्यापाठोपाठ सर्वांनी ओढलेली री ऐकू आली. तिकडे कॅश रजिस्टरजवळ एक लोकरीची टोपी नाचताना दिसत होती. अर्थात, त्या टोपीमागचा कलाकार त्या नाचाचा सूत्रधार होता म्हणा! खरंच! मेरी जेनच्या चारही बाजूंना प्रचंड धमाल चालू होती. परंतु तरीही सर्वत्र शिस्तीची जाणीव होत होती. तिला एकदम जत्रेची आठवण झाली आणि मग वाटून गेलं की, जत्रेहून अधिक मजा या फिश-मार्केटमध्ये आहे. अर्थात, तिच्या मनात एवढे विचार तरळून गेले, तरी तिथल्या त्या गडबडीचा त्या देखण्या माणसावर अजिबात परिणाम झाला नव्हता. त्याचं चित्त मुळीच विचलित झालं नाही. तो अगदी शांतपणे उभा होता, तिच्या उत्तराची वाट पाहत. 'हे तर नवलच आहे! तो माझ्या उत्तरासाठी खरोखरच थांबला आहे आणि ते जाणून घ्यायची त्याला उत्सुकता आहे असं दिसतंय. पण या अनोळखी माणसाला मी माझ्या ऑफिसच्या समस्या मुळीच सांगणार नाही.' असं तिला वाटून गेलं खरं, परंतु तिने त्याला आपल्या सगळ्या समस्या सांगितल्या.

त्याचं नाव होतं, लोनी. ती जेव्हा त्याला तिच्या त्या 'तिसऱ्या

मजल्या'बद्दल सांगत होती, तेव्हा त्याने ते अतिशय शांतपणे ऐकून घेतलं. ती हे सांगत असताना एक मासा त्यांच्या बाजूच्या दोरीवर आपटून त्यांच्या बाजूला येऊन पडला, पण तरीही त्याचं चित्त विचलित झालं नाही. आपल्या तिसऱ्या मजल्यावर काम करणाऱ्या विविध कर्मचाऱ्यांच्या तिला जाणवलेल्या समस्या तिने त्याला सांगितल्या. त्याही त्याने नीट ऐकून घेतल्या. सगळं सांगून झाल्यावर मेरीने त्याच्याकडे पाहिलं आणि त्याला विचारलं, ''तर मग काय मत आहे तुमचं, माझ्या या 'विषारी ऊर्जेच्या कचरा डेपो'बद्दल?''

''नक्कीच कुठेतरी पाणी मुरतंय! मी स्वत:देखील काही भयाण ठिकाणी काम केलेलं आहे. अगदी खरं सांगायचं तर तू उभी आहेस ती जागादेखील पूर्वी विचित्र होती. आत्ता या क्षणी तुला या मार्केटबद्दल काय जाणवतंय?''

''इथे आवाज, ऊर्जा, उत्साह आणि उत्कटता आहे.'' क्षणाचाही अवधी न लावता ती उद्गारली.

''ही ऊर्जा तुला कशी वाटते?''

''इथली ऊर्जा मला प्रचंड भावली आहे.'' ती म्हणाली.

''मलासुद्धा. मला तर आता इतर कुठेही काम करणं शक्यच नाहीये. इथलं हे वातावरण माझ्या रोमारोमांत भिनलं आहे. मी आधी म्हटलं तसं या मार्केटमध्ये पूर्वी असं वातावरण नव्हतं. वर्षानुवर्षं इथेसुद्धा ऊर्जेच्या अस्तित्वाची चाहूलसुद्धा नव्हती. मात्र आम्ही सर्वांनी जाणीवपूर्वक ठरवलं की, यामध्ये बदल करायला पाहिजे आणि तसा तो आम्ही केलादेखील. अशा प्रकारची वातावरणनिर्मिती झाली, तर तुमच्या ऑफिसच्या दृष्टीने फायद्याचं ठरेल का?''

''मला तरी खात्री वाटते आहे. आमच्या कचरा डेपोचं उच्चाटन करण्याचा हाच मार्ग असावा.'' उत्तर देताना मेरीच्या चेहऱ्यावर छानसं हसू होतं.

''या फिश-मार्केटला आजचं स्वरूप ज्या काही गोष्टींमुळे प्राप्त झालं आहे, ते सगळं मी तुला सविस्तरपणे सांगेन. कदाचित, त्यातून तुला तुझ्या ऑफिसकरता योग्य अशा कल्पना मिळू शकतील.''

''अरे, पण आमच्याकडे असं फेकण्यासारखं काहीच नाही! आमच्या कामाचं स्वरूप अतिशय रटाळ आहे. आमच्यापैकी बहुतेक जण...''

“थांब, थांब! हे सगळं माशांच्या फेकाफेकीमुळे शक्य नाही झालेलं. तुमच्या कामाचं स्वरूप वेगळं तर आहेच, शिवाय तिथे बदल घडवून आणणं हे एक मोठं आव्हानच आहे, हेदेखील माझ्या लक्षात आल्यावाचून राहिलेलं नाही. तरीदेखील तुला मदत करायला मला शंभर टक्के आवडणार आहे. पाइक प्लेस फिश-मार्केटला जगप्रसिद्ध करण्याचा चंग आम्ही बांधला होता. त्या प्रक्रियेमध्ये काही महत्त्वाची सूत्र म्हण, कल्पना म्हण आमच्या हाती लागल्या. त्यांच्याच आधारे तू स्वत:च्या ऑफिसकरता वेगळा मार्ग जोखू शकतेस. आपल्या विभागाचा कायापालट करून तिथे उत्साहाचं, सकारात्मकतेचं वातावरण निर्माण करणं तुला नक्कीच आवडेल, नाही का?”

“त्यात काही वादच नाही. पण मला एक सांग, हे सगळं तू माझ्यासाठी का करणार आहेस?”

“तू आज या फिश-मार्केटमध्ये जे वातावरण पाहत आहेस, त्याचाच हा परिणाम समज. आत्ता या क्षणाला माझ्या वैयक्तिक अडचणींचा पाढा वाचून मी तुला अजिबात बोअर करणार नाहीये. फक्त एवढंच सांगेन की, मी इथे काम सुरू करण्याआधी माझं आयुष्य म्हणजे एक जंजाळ होऊन बसलं होतं. आज मी तुला जो काही दिसतो आहे, ते केवळ इथे केलेल्या कामामुळे. तू कदाचित याला माझा दांभिकपणा म्हणशील, पण मला असं वाटतं की, इथे मिळालेल्या संपन्न अनुभवाप्रती कृतज्ञता व्यक्त करण्याचा एक भाग म्हणून ज्यांना आवश्यकता असेल, त्यांना हवी तशी मदत करणंच योग्य राहील. तू तुझी समस्या अचूकपणे माझ्यासमोर मांडल्यामुळे माझ्यासाठी अशी मदत करणं सोपं झालं आहे. माझी खात्री आहे की, इथल्या या उत्साहाने, ऊर्जेने परिपूर्ण वातावरणाचा तुला नक्कीच लाभ होईल.”

तो हे बोलत असतानाच त्याच्या बाजूने एका खेकड्याचा वेगवान प्रवास सुरू झाला आणि पाठोपाठ आवाज आला, ‘पाच खेकडे उडत निघाले विस्कॉन्सिनच्या दिशेने.’ लगेच साथीदारांनी आवाज मिळवला – ‘पाच खेकडे उडत निघाले विस्कॉन्सिनच्या दिशेने....’

तिला हसू आवरलं नाही. खळखळून हसत ती म्हणाली, “काहीच हरकत नाही. या फिश-मार्केटमध्ये ऊर्जा अगदी ठासून भरलेली आहे. त्यामुळे आता मी त्याचा उपयोग करून घ्यायचा हे ठरलं तर!” एवढं

बोलून तिने आपल्या घड्याळाकडे नजर टाकली. लंच टाइम संपायच्या आत ऑफिस गाठायचं असेल, तर आपल्याला 'मॅरेथॉन वॉक' करावा लागणार आहे, हे तिच्या लक्षात आलं. आपल्या ऑफिसमध्ये जाण्या-येण्याच्या वेळेकडे स्टाफची बारीक नजर असणार आहे, याची तिला कल्पना होतीच.

तिने घड्याळाकडे बघितलं हे लोनीच्याही लक्षात आलं. म्हणूनच तो म्हणाला, "तू उद्या लंच ब्रेकमध्ये इथेच ये ना. फक्त येताना दोन योगर्ट्स मात्र आण!"

एवढं बोलून त्याने तिचा निरोप घेतला. आणि दुसऱ्या क्षणी मार्केटच्या त्या परिसरात एका तरुणाला कॉपर रिव्हर साल्मन आणि किंग साल्मन यांतला फरक समजावून सांगण्यात गढून गेला.

पुन्हा एक भेट

मंगळवारी लंच ब्रेक होताच तिने पटकन फर्स्ट स्ट्रीटवरचं मार्केट गाठलं. लोनी बहुधा तिची वाट पाहत होता. कारण ती तिथे पोहोचल्याबरोबर तो त्या गर्दीतून अचानक अवतीर्ण झाला. तिथेच एक टीशर्ट्सचा स्टॉल होता. त्याच्या पलीकडे असलेल्या हॉलमध्ये तो तिला घेऊन गेला.

"या हॉलमध्ये पुढच्या बाजूला टेबल-खुर्च्या आहेत. तिथे आपल्याला बसता येईल." असं म्हणून तो तिला एका टुमदार कॅफेटेरियामध्ये घेऊन गेला. त्याच्या सर्व बाजू काचेच्या होत्या, त्यामुळे पलीकडच्या बंदराचा आणि 'पजेट साऊंड'चा सुंदर देखावा दिसत होता. तिथे बसून त्या दोघांनी मेरी जेनचा टिफिन संपवला. खाता-खाताच मेरी जेन त्याला फिश-मार्केटच्या कामकाजाबद्दल प्रश्न विचारत होती, माहिती घेत होती. तिथल्या कामकाजाची माहिती घेतल्यावर तिला जाणवलं की, प्रत्यक्षात दिसतं तितकं ते रोमांचक नाही, उलट कष्टदायकच आहे. त्या कष्टांच्या पार्श्वभूमीवर पाइक प्लेस फिश-मार्केटच्या व्यावसायिकांनी मिळवलेलं यश खरोखरच देदीप्यमान होतं.

"तुझ्या मार्केटमधल्या आणि माझ्या ऑफिसमधल्या कामात बरीच साम्यस्थळं आहेत, असं मला लक्षात आलं आहे." मार्केटमधल्या

किचकट कामाचं लोनीनं केलेलं वर्णन ऐकून ती म्हणाली.

"हो का?" तिच्याकडे पाहत तो उद्गारला.

"हो ना! माझ्या स्टाफचं काम एकाच प्रकारचं असतं. त्यामुळे ते खूप कंटाळवाणं वाटायला लागतं. अर्थात, हे फक्त हिमनगाचं टोक आहे. तसं सांगायला बसले तर खूप काही सांगता येईल म्हणा! पण सध्या एवढंच सांगते की, आमचं काम खूप महत्त्वाचं आहे हे नक्की. तसं बघशील, तर आमचा कस्टमरशी थेट संपर्क कधीच येत नाही, पण आमच्या चुकीमुळे कस्टमर नाराज झाला, तर सगळे जण आम्हाला अक्षरश: खाऊ की गिळू असं करतात. त्याउलट जेव्हा आम्ही दिवसेंदिवस सातत्याने चांगलं, अचूक काम करतो; तेव्हा मात्र आमचं कौतुक करणं सोडाच; आमच्याकडे कोणी लक्षही देत नाहीत. मुळात बॅक ऑफिसचं काम हेच मुळी कंटाळवाणं आहे. तुमच्या या मार्केटकडे एक नजर टाकली तर जाणवतंय की, तुमचं कामदेखील खूप कंटाळवाणं आहे; पण ते तुम्ही अगदी उत्तम प्रकारे, मजा करत पार पाडत आहात. मला याची खूप गंमत वाटते आहे."

"एक लक्षात घे, तसं पाहिलं तर प्रत्येक व्यक्तीला तो किंवा ती करत असलेलं काम कालांतराने रटाळ वाटू लागतं. आपण मार्केटमध्ये पाहिलेले 'योगर्ट डूड्स' त्यांच्या कामाच्या निमित्ताने जगभरात दौरे करत असतात. हे असं जग हिंडणं मला खूप छान वाटतंय, पण त्यांचं मत विचारलं तर ते सांगतात की, या भ्रमंतीचा फार लवकर कंटाळा येतो. या सगळ्याचा विचार करता माझ्या मते, सगळी परिस्थिती अनुकूल असली तरी कुठलंही काम कालांतराने कंटाळवाणं होऊ शकतं."

"तू जे काही म्हणतो आहेस ते मलाही शंभर टक्के मान्य आहे. मी जेव्हा १७-१८ वर्षांची होते, तेव्हा मला असंच एक ग्लॅमरस काम मिळालं होतं. माझ्या वयाच्या मुली अगदी आस लावून बसलेल्या असायच्या असं ते काम होतं. मला चक्क मॉडेलिंगचं कॉन्ट्रॅक्ट मिळालं होतं. पण जेमतेम महिनाभरातच मला तिथल्या कामाचा अक्षरश: उबग आला होता. कारण छान छान दिसायचं आणि मग वाट पाहायची, उभं राहायचं. फारच झालं तर रिपोर्टर्सशी बोलायचं. यापलीकडे अक्षरश: काहीच नव्हतं. त्या लहान वयातच मला जाणवलं की, बहुतांशी लोक

आपला वेळ मोबाइलवर मेसेज करण्यात सत्कारणी लावतात. मला स्वत:ला तरी या प्रकारामध्ये मुळीच स्वारस्य नाही.''

''तुझं म्हणणं मला मान्य आहे की कुठलंही काम शेवटी कंटाळवाणंच असतं. पण मग तुला हे पटतं आहे का की, कुठलंही काम आपण उत्साहाने, उत्कटतेने करू शकतो?''

''मला असं नक्की नाही सांगता येणार. तू एखादं उदाहरण देऊ शकशील का?''

''हो. का नाही? तू जर संपूर्ण फिश-मार्केटमध्ये एक चक्कर मारलीस, तर तुझ्या लक्षात येईल की, बाकीचे विक्रेते म्हणजे – ते तू काय म्हणाली होतीस तसे – 'विषारी ऊर्जेचे कचरा डेपो' आहेत. त्यांना आपल्या कामात बदल करणं जमतच नाही किंवा बदल करावासा वाटतच नाहीये, असं म्हण हवं तर! अर्थात, त्यांच्या या अव्यावसायिक दृष्टिकोनामुळे आमचा फायदाच होतो आहे. आमचा व्यवसाय अधिक जोरात चालतो आहे. मी तुला सांगितलं होतं की, 'पाइक प्लेस फिश-मार्केट'देखील पूर्वी असंच उदास आणि रटाळ होतं. पण मग आम्हाला हा जादुई शोध लागला की, आपण कोणतं काम करणार आहोत या बाबतीत आपण फारसे चोखंदळ राहू शकत नाही किंवा आपल्याला हवं असलेलंच काम आपल्याला करायला मिळेल असं नाही; परंतु आपल्यासमोर असलेलं काम आपण कशा पद्धतीने पार पाडणार आहोत, हे आपण नक्कीच ठरवू शकतो, नाही का? जगप्रसिद्ध अशा या पाइक प्लेस फिश-मार्केटची निर्मिती करताना आम्हाला हा मोलाचा धडा मिळाला आहे – आपण कामावर येताना आपली मनोवृत्ती निवडणं आपल्याच हातात असतं.''

आपली मनोवृत्ती निवडा

मेरी जेनने आपलं नोटपॅड बाहेर काढलं आणि त्यावर लिहायला सुरुवात केली.

आपण कोणतं काम करावं हे ठरवणं
फारसं तुमच्या हातात नसलं,
तरी आपण आपलं काम कसं करावं
हे ठरवणं नक्कीच आपल्या हातात आहे.

आपणच लिहिलेल्या या वाक्याकडे बघत ती विचार करत राहिली. मग तिने विचारलं की, "आपण कोणतं काम करावं, याच्या निवडीचा हक्क आपल्याला का बरं नाही?"

"तुझा मुद्दा अगदी बरोबर आहे. कोणत्याही क्षणी तुला न आवडणाऱ्या कामाला तू बाय-बाय करू शकतेस. म्हणजे मग असं म्हणावं लागेल की, आपण कोणतं काम करणार आहोत हे आपणच निवडू किंवा ठरवू शकतो. परंतु आपल्यावर असलेल्या जबाबदाऱ्यांचा आणि इतर गोष्टींचा विचार करता, आपलं हे असं वागणं योग्य ठरेल का? तूच सांग! म्हणूनच माझ्या मते, कामाच्या निवडीचं फारसं स्वातंत्र्य आपल्याला नक्कीच नाही. त्याच्या अगदी उलट आपली मनोवृत्ती निवडण्याचं संपूर्ण स्वातंत्र्य आपल्याला असतं, नाही का?"

लोनी पुढे म्हणाला, "फार दूर कशाला जा? माझ्या आजीची गोष्ट सांगतो. ती जे काही काम करत असे, ते आनंदाने व हसऱ्या चेहऱ्याने करत असे. आम्हा सर्व नातवंडांना तिच्याबरोबर स्वयंपाकघरात काम करायला खूप आवडायचं. तिच्या बरोबरीने भांडी विसळणं म्हणजे तर आमच्याकरता पर्वणीच असायची. त्या वेळात ती आम्हाला सहजगत्या कितीतरी गोष्टी सांगायची, शिकवायची. मोठं झाल्यावर आम्हा प्रत्येकात एक समजुतदारपणा म्हणा किंवा दुसऱ्याची जाणीव ठेवण्याची जी वृत्ती निर्माण झाली, तिची पाळंमुळं आजीबरोबर स्वयंपाकघरात आनंदाने

घालवलेल्या त्या काळामध्ये रुजली आहेत, हेच मी म्हणेन.''

आज विचार केला तर लक्षात येतं की, भांड्याची स्वच्छता करणे हा प्रकार आजीला मुळीच आवडत नसे. परंतु ती ते काम प्रेमाने करत होती. तिचं हे प्रेम, त्यातून मिळणारा आनंद आपसूकच आमच्यामध्ये परावर्तित होत गेला.

अगदी याच प्रकाराने मला आणि फिश-मार्केटमधल्या माझ्या सर्व सहकाऱ्यांना जाणवलं की, दर दिवशी इथे कामावर येताना आम्ही आमची मनोवृत्ती – ज्याला आपण ॲटिट्यूड म्हणू शकतो – ती बरोबर आणत असतो. मग ही मनोवृत्ती जर लहरी या प्रकारात मोडणारी असेल, तर सारा दिवस उदास जाणार, खिन्न मनोवृत्तीमुळे सारा दिवस वैताग जाणवणार आणि त्याचा ताप सहकाऱ्यांना तर होणारच; पण ग्राहकांनादेखील त्याची झळ लागल्याशिवाय राहणार नाही. त्याउलट जर आम्ही प्रसन्न चित्ताने, हलक्या-फुलक्या मूडमध्ये राहिलो, तर आमच्या बरोबरीने सगळ्यांचाच दिवस चांगला जाईल, यात शंकाच नको. म्हणजेच आमचा संपूर्ण दिवस कोणत्या प्रकाराने व्यतीत होईल, हे आमच्याच मनोवृत्तीवर अवलंबून होतं. आमच्या या निवडीबाबत आम्ही अनेकदा चर्चा केली. त्यातून असा निष्कर्ष निघाला की, काम तर करायचंच आहे, मग ते आनंदाने केलं तर काय हरकत आहे बरं? त्यातच सगळ्यांचं भलं आहे. मला काय म्हणायचं आहे, ते येतंय ना लक्षात?''

''हो, अगदी छानच कळतंय!''

''आमच्याच निवडीमुळे आमच्यात इतका उत्साह संचारला की, मग आम्ही ठरवलं, आम्हाला जगप्रसिद्ध व्हायचं आहे. अगदी सामान्य असा दिवस घालवणं आणि 'जगप्रसिद्ध' बनून एक दिवस घालवणं यात जमीन-अस्मानाचा फरक आहे. तुला फरक लक्षात आला असेल ना? फिश-मार्केटमध्ये काम करणं सहज सोपं नाही. तिथला वास, चिकचिक शिवाय बर्फामुळे सतत थंडगार वातावरणात काम करावं लागतं, हे सगळं त्रासदायक आहे यात काही वाद नाही. शिवाय ते टाळता येणंदेखील शक्य नाही. पण त्या तशा वातावरणात काम करताना मनोवृत्ती कशी ठेवायची हे आमचं आम्हीच ठरवणार, नाही का?''

''हं, आता मला अधिक चांगल्या प्रकारे कळतंय तू काय सांगतो आहेस ते! तुम्ही दर दिवशी कामावर येता आणि इथे येत असतानाच

ठरवता की, तुमची मनोवृत्ती नेमकी कशी असणार आहे. या तुमच्या निवडीवरच तुम्ही तुमच्या कामाच्या जागी कशाप्रकारे वावरणार आहात, हे अवलंबून असतं. आणि याचा सारासार विचार करून तुम्ही जाणीवपूर्वक निर्णय घेतलात की, काम करायचं आहे हे नक्कीच. ते उत्तम प्रकारे करायचं आहे, हेही तितकंच खरं. तर मग हे काम करत असताना आपण सामान्य पातळीवरच खितपत पडायचं की प्रसिद्धीची कास पकडण्याचा निश्चय करायचा? हे समजून घेणं तसं कठीण नाही रे!''

''हो, समजून घेणं कठीण नाहीये, पण सोडवणं तितकंसं सहजही नाहीये बरं का! खरं तर थोडंसं कठीणच गेलं. आज तू या जागेमुळे प्रभावित झाली आहेस, तुला इथलं वातावरण आवडलं आहे; परंतु हा कायापालट क्षणार्धात घडून नाही आला. जवळ-जवळ वर्षभर आम्ही काया, वाचा, मने झपाटून गेल्यागत काम करत होतो. फार दूर कशाला जा? मी स्वत:च त्याचं मूर्तिमंत उदाहरण आहे की! जणू सगळ्या जगाचा भार माझ्याच खांद्यावर असल्यागत मी वावरत होतो. स्वत:ला अधिकाधिक पणाला लावत होतो. त्याच सुमारास माझ्या वैयक्तिक आयुष्यातदेखील कुठलंच स्थैर्य नव्हतं. सगळं काही हातातून सुटत चाललं होतं. नीट विचार केला, तर जाणवतंय की, मी माझ्या स्वत:च्या आयुष्याबद्दल काहीही आखणी केली नव्हती. आला दिवस मागे टाकत पुढे जायचं, बेरीज-वजाबाकीचा विचार न करता, एवढीच एक जाणीव मनात होती. आयुष्य त्याचे कडवे रंग दाखवत होतं आणि मीही त्याचीच री ओढत होतो, असंच म्हणावं लागेल. आणि म्हणूनच या फिश-मार्केटचा कायापालट करायचा दृढ निश्चय आम्ही सर्वांनी केला, तेव्हा मला मुळीच खात्री नव्हती की, माझ्या आयुष्याची काटेकोर आखणी करून त्याबरहुकूम जगणं मला जमेल! आजवर मी नियतीच्या हातातलं एक बाहुलं बनून वावरत होतो आणि आता मला चक्क सूत्रधार बनण्याची संधी मिळत होती. आमच्या गटात एक जण सर्वांत अधिक अनुभवी होता. त्याने आम्हा सर्वांहून अधिक पावसाळे पाहिले होते. आणि माझा प्रवास ज्या मार्गावरून चालला होता, त्या मार्गाशी तो देखील तितकाच परिचित होता. माझी द्विधा मन:स्थिती त्याच्या लक्षात आली. त्याने मला समजून घेतलं, समजावून सांगितलं. मनातलं द्वंद्व संपवायला मदत केली. स्वत:च्या मनाचा तळ उपसून कौल

घ्यायला प्रेरित केलं. माझं मलाच उत्तर मिळालं की, प्रयत्न करायला काहीच हरकत नाही. तिथूनच माझ्या आचारा-विचारांची दिशा बदलली. माझा स्वत:वर विश्वास बसला. यामध्ये माझ्या मनोवृत्तीचा सिंहाचा वाटा आहे. म्हणूनच म्हणतो की, आपली मनोवृत्ती निवडणं, ठरवणं हे आपल्या आणि आपल्याच हातात असतं. माझं स्वत:चं उदाहरणदेखील हेच दाखवून देतं आहे.''

त्याचं हे मनापासून बोलणं ऐकताना मेरी जेनचं जणू भान हरपलं होतं. त्याच्या शब्दांनी तर तिला झपाटलं होतंच, परंतु त्याच्या व्यक्तिमत्त्वानेदेखील ती प्रभावित झाली होती. तिच्या मनात कुठेतरी तार छेडली जात होती, असं तिला वाटलं. तिनं लोनीकडे पाहिलं, तर तिच्या लक्षात आलं की, तो प्रश्नार्थक नजरेने तिच्याकडे बघत होता. आपली तंद्री लागली होती हे तिच्या लक्षात आलं आणि ती भानावर आली.

''सॉरी हं! पण मीदेखील नक्की प्रयत्न करून बघते. या फिश-मार्केटला आणि पर्यायाने तुम्हाला जे यश मिळालं आहे, त्यामागे कोणती खास गोष्ट आहे?''

''नक्कीच 'खास' आहे आणि एक नाही तर तब्बल चार बाबी या यशाला कारणीभूत किंवा प्रेरक ठरल्या आहेत असं आम्ही म्हणू. पण मी आत्ता मनोवृत्तीच्या संदर्भात बोललो ना, तो या साऱ्याचा गाभा आहे. मला तरी असं वाटतंय की, आज आपण इथेच थांबावं. बाकीच्या तीन बाबींचा विचार आपण पुढल्या भेटीत करू या. तूदेखील 'मनोवृत्ती'बाबत स्वत:ला चाचपून बघ आणि तुझ्या ऑफिसच्या तिसऱ्या मजल्याच्या संदर्भात ती कशी लागू करता येईल, यावर लक्ष केंद्रित कर. तुझी चाचपणी करून झाली की, मग मला फोन कर. म्हणजे मी तुला पुढची वाटचाल समजावून सांगेन. आमच्या या मार्केटचा फोन नंबर आहे का तुझ्याकडे?''

''अरे बाबा, तुमच्या प्रत्येक स्टॉलवर तो नंबर मोठ्या अक्षरात झळकतो आहे ना!''

''अगदी बरोबर आहे तुझं! खरं सांगायचं, तर आम्हाला या गोष्टीचा अभिमानच वाटतो. चल तर, पुन्हा भेटू या लवकरच... आणि हो, योगर्टबद्दल मनापासून धन्यवाद!''

बदलण्याचे धैर्य

पुढचे दोन दिवस तर कामाच्या धबडग्यामुळे मेरी जेनला मान वर करायलादेखील फुरसत मिळाली नाही. अर्थात, ही सबब किती लंगडी आहे हे तिचं तिलाच जाणवलं म्हणा! शिवाय नाही म्हटलं तरी तिच्या मनात सतत लोनीबरोबरचं संभाषण घोळत होतं. त्यावर विचारमंथन सुरू होतंच. 'आपण कामावर येताना आपली मनोवृत्ती जाणीवपूर्वक ठरवायची असते' ही कल्पना तिला खूप भावली होती. तिच्या असंही लक्षात आलं की, फिश-मार्केटचं सर्व तत्त्वज्ञान अगदी योग्य होतं. पण तिलाच कशाची तरी खात्री वाटत नव्हती. तिच्या मनात साशंकता होती. कशाबद्दल हे तिला त्या क्षणी सांगता येत नव्हतं. परंतु साशंकता असली की, अधिक खोलवर विचार करायचा, हे तिचं समस्येच्या मुळापर्यंत जायचं सूत्र होतं.

शुक्रवार उजाडला, तसं तिने ठरवलं की बिलला – आपल्या बॉसला – त्या दिवशीच्या 'बिग बी' बरोबरच्या मीटिंगबद्दल विचारायला हवं. विषारी ऊर्जा म्हणे! पण तरीही एकदा भेटून नीट जाणून घ्यायला काय हरकत आहे? या विचारातच तिने बिलला फोन लावला.

"बिल, बिग-बी ज्या कॉन्फरन्सला गेले होते ना, त्याबद्दल मला जाणून घ्यायचं आहे."

"कशाकरता? मला तरी तो उंटावरून शेळ्या हाकण्याचा प्रकार वाटतोय बघ! शिवाय ते त्याचं नवीन फॅडसुद्धा असू शकतं. तू कशाला तुझा वेळ त्यापायी वाया घालवतेस?"

त्याचं हे उत्तर मेरी जेनला आवडलं नाही. आपल्या रागाचा पारा भरभर वर चढतो आहे, हे तिला जाणवलं. तिने प्रयत्नपूर्वक दीर्घ श्वास घेतला. स्वत:च्या भावनांवर, आवाजावर ताबा मिळवला आणि मग म्हणाली, "बिल, मुळात मी या तिसऱ्या मजल्यावरची बदली स्वीकारली, तेव्हा इथल्या अडचणींची कल्पना मला तर होतीच; पण माझ्यापेक्षा जास्त ती तुला होती. मी जबाबदारी झटकत नाहीये. उलट, मला ही जाणीव आहे की, आपल्या हातात वेळ कमी आहे आणि आपल्या समोर अशक्य वाटणारं प्रचंड काम पाय रोवून उभं आहे. माझ्या बरोबरीने तूदेखील तितकाच, किंबहुना थोडा अधिकच अडकला आहेस,

याची जाणीव तुला आहे ना? तेव्हा आपण काठावरून हिची मज्जा बघू, असा विचारही मनात आणू नकोस. उलटपक्षी, माझ्या बरोबरीने लढायला तयार हो.''

आपण हे असं इतकं ठाम आणि स्पष्टपणे बोललो, यावर मेरी जेनचा विश्वासच बसेना. पण बोलल्यामुळे आपल्याला छान वाटतंय हे तिला जाणवलं.

तिच्या या भडिमारामुळे बिलला बहुतेक दिलासा मिळाला असावा. त्याने उत्स्फूर्तपणे तिला म्हटलं, ''थांब, थांब! अशी वाघ मागे लागल्यासारखी धावू नकोस. त्या दिवशीच्या कॉन्फरन्सची ऑडिओ सीडी माझ्या डेस्कवर आहे. खरंतर मी ती नीट ऐकणं अपेक्षित होतं, परंतु कामाच्या धबडग्यात मला एक क्षणभरदेखील फुरसत झाली नाहीये. असं कर, तू ती घेऊन जा, नीट ऐक आणि मला त्याचा गोषवारा सांग. चालेल?''

''हो बिल, काहीच हरकत नाही. मी स्वत:च येते ती न्यायला.''

संस्मरणीय प्रवास

बेलेव्हपर्यंतच्या रस्त्यावर प्रचंड गर्दी होती. गाड्या जणू एकमेकांना खेटून चालत होत्या. परंतु मेरी जेनच्या मनापर्यंत ती गर्दी पोहोचलीच नाही. ती स्वत:च्या विचारांच्या नादात हरवली होती. आपली परिस्थिती नक्की कोणत्या टप्प्यावर थडकली आहे, याचा परामर्श घेत होती. तिने स्वत:ला नवलाने विचारलं, 'आज बिलशी बोलताना आपण आत्मविश्वासाने बोललो. पण त्याआधी किती दिवस आपण तो गमावून बसलो होतो बरं? दोन वर्षं झाली आहेत त्या गोष्टीला. बाप रे! दोन वर्षं! असं कसं झालं?' विचार करता करता एक एक धागा जुळत गेला. तिच्या भावना अधिक तरल झाल्या. 'आपल्याला शांतपणे, प्रत्येक बाबीचा अधिक खोलवर विचार करायला हवा आहे,' तिने स्वत:शी प्रांजळपणे कबूल केलं. मात्र एव्हाना तिची मती कुंठित झाली होती. बिलकडून घेतलेली ऑडिओ सीडी तिने अभावितपणे सुरू केली आणि तिच्या गाडीतल्या त्या छोट्याशा जागेला व्यापून टाकणारा आवाज तिच्या कानावर पडला. ती स्वत:देखील त्या आवाजाच्या खोलीमुळे जणू भारली गेली.

तो धीरगंभीर आवाज तिला एका अनोख्या उंचीवर घेऊन गेला. डेव्हिड व्हाईट नावाचा तो कवी आपलीच कविता ऐकवत होता. आपल्या ऑफिसमध्येदेखील तो कविता म्हणून दाखवत असे. शब्दांच्या काव्यात्मकतेमुळे दैनंदिन कामकाजाचा ताण कुठल्याकुठे भिरकावला जातो, हे त्याने अनुभवले होते आणि हीच अनुभूती इतरांना देण्यासाठी तो उत्सुक होता. ती सीडी म्हणजे त्याच्या गद्य-पद्यांचा सुरेख संगम होता. त्या शब्दोत्सवात ती न्हाऊन निघाली. शब्दांचे अर्थ तिला नव्याने उमजू लागले.

'एखाद्या संस्थेच्या आणि तिथे काम करत असणाऱ्या व्यक्तींच्या गरजा या बहुतांशी सारख्याच आहेत. सर्जनशीलता, उत्पादकता, मनोभाव, उत्कटता, लवचिकता...' त्याचे शब्द तिच्यापर्यंत पोहोचत होते.

'खरंच की...,' तिने स्वत:ला कबुली दिली.

'उन्हाळ्याच्या दिवसांत आपण जेव्हा आपल्या गाड्या पार्किंग लॉटमध्ये उभ्या करतो, तेव्हा आपण गाडीच्या काचा किंचित उघड्या ठेवतो, हवा येण्यासाठी... तुम्हाला असं वाटत असेल की, त्यामुळे गाडीत दमटपणा जाणवणार नाही आणि लेदर सीट-कव्हर्स टिकायला मदत होईल. पण हे वाटणं तितकंसं बरोबर नाही. कारण तुम्ही काचांमध्ये या फटी ठेवता त्या गाडीसाठी नसून स्वत:साठी आहेत. तुम्हाला आतमध्ये कोंदटपणा जाणवू नये म्हणून तुम्ही तसं करता. काय म्हणता? तुम्ही ऑफिसमध्ये असता? छे! छे! ऑफिसमध्ये तुमची शंभर टक्के उपस्थिती असतेच कुठे? तुम्ही स्वत:चा चाळीस टक्के भाग तर गाडीतच सोडून आलेले असता आणि म्हणून तर गाडीच्या काचा थोड्याशा उघड्या ठेवता. आत बसलेल्या तुमच्या चाळीस टक्क्यांची घुसमट होऊ नये म्हणून. आपण ऑफिसमध्ये शंभर टक्के उपस्थित राहू शकलो तर कसं वाटेल, याचा कधी विचार केला आहे का तुम्ही?'

'कोण आहे हा बोलणारा?'

अचानक डेव्हिड व्हाईटच्या आवाजात कविता ऐकू येऊ लागली. कवितेचं शीर्षक होतं – 'श्रद्धा'. कवितेची ओळख करून देताना त्याने म्हटलं की, त्याची स्वत:वरची श्रद्धा पूर्णपणे डळमळीत झाली असताना त्याने ही कविता लिहिली होती.

श्रद्धा

डेव्हिड व्हाईट

श्रद्धेबद्दल मांडावेत विचार काही माझे
रात्रीमागून रात्री अविरतपणे उगवणाऱ्या त्या चंद्रावर
बर्फाळ रात्रींतूनही प्रकटणाऱ्या त्या बिंबावर...

पूर्ण बिंबाकडून कोरीकडे होत असणारा त्याचा प्रवास
विरता-विरता उरते एक किंचितशी कडा
आकाशात आता फक्त काळोख
चंद्राच्या अस्तित्वाची पुसटशी जाणीवही न देता...

माझी श्रद्धा हरपली आहे, हरली आहे
त्या चंद्रबिंबाची धूसरशी शक्यतादेखील सरली आहे...

आजमितीला मात्र,
माझ्या या चार काव्यपंक्ती
इवल्याशा त्या कोरीची आठवण करून देणाऱ्या
अस्तित्वाची केवळ चुणुक दाखवणाऱ्या
घेऊन येऊ दे प्रार्थनेची शक्ती
माझ्यातल्या श्रद्धेला जागवण्याची...

आज मला कळतंय की, 'योग्य वेळ येताच तुम्हाला तुमचे गुरू भेटतात.'

त्या कवितेने मेरी जेनच्या अंत:करणात लख्ख प्रकाश पाडला. आपण इतके दिवस कशामुळे दबून गेलो होतो, हेदेखील तिच्या लक्षात आलं. डॅनचा अकल्पित मृत्यू तिच्या खांद्यावर प्रचंड जबाबदारी देऊन गेला होता. दोन मुलांच्या आईचीच नाही, तर वडिलांचीदेखील भूमिका निभावण्याची कसरत तिला करायची होती. कसोटीच्या या क्षणी तिचा स्वत:वरचा, स्वत:च्या क्षमतांवरचा विश्वास उडाला होता. आपला या जगात निभाव लागेल याची शाश्वती उरली नव्हती. आपण एखादी जबाबदारी घेतली आणि ती पूर्णपणे, यशस्वीरीत्या पेलू शकलो नाही, तर स्वत:ला आणि मुलांना कसं काय सांभाळणार, हा विचार तिचा पिच्छा पुरवत होता.

ऑफिसमध्ये बदल घडवून आणण्यासाठी पुढाकार घेणं हे धोकादायक होतं. त्यात यश मिळालं तर ठीकच आहे; पण अपयश आलं, तर त्याची जबाबदारी तिच्यावर ढकलली गेली असती. कदाचित, तिच्या नोकरीवरच गदा आली असती. पण मग समजा कुठलाच बदल घडवून आणायचा नाही, जसं आहे तसं रेटायचं असं ठरवलं तर? असं झालं तर माझ्या एकटीचीच नाही, तर सगळ्यांचीच नोकरी जाईल हे नक्की. आणि तोपर्यंत या निष्प्राण जागेमध्ये रोज अनेक तास घालवावे लागतीलच! या ऊर्जाहीन जागेचा आता मला वीट आला आहे. माझ्या स्वत:वर त्याचा जो काही परिणाम होणार आहे, त्याचं स्पष्ट चित्र आत्ताच मला दिसतंय. आणि जे काही दिसतंय ते भयावह आहे. जाणूनबुजून मी असं घडू दिलं, तर आई म्हणवून घ्यायची लायकी तरी असेल का माझी? मी मुलांसमोर कुठले आदर्श ठेवणारा आहे या सगळ्यातून? समजा येत्या सोमवारपासून ऑफिसमध्ये बदल घडवून आणायचाच असं मी ठरवलं, तर सर्वप्रथम मला स्वत:च्या मनोवृत्तीबद्दल विचार करावा लागेल. मी 'श्रद्धेची' निवड करते. काहीही झालं तरी मी स्वत: खंबीर असणार आहे, यावर मला स्वत:ला विश्वास ठेवलाच पाहिजे.

प्रतिकूल परिस्थितीमध्ये टिकून राहणाऱ्यांपैकी मी एक आहे. आत्तापर्यंत मी हे सातत्याने सिद्ध करत गेले आहे. तो 'विषारी ऊर्जेचा कचरा डेपो'

नष्ट करण्याची वेळ आली आहे. मला आता कंबर कसून कामाला लागायलाच हवं. त्याच्यामुळे आमचा बिझनेस वाढेल यात काही शंकाच नाही; पण त्याचबरोबर माझ्या अंत:प्रेरणेचादेखील कस लागणार आहे. या समस्येला समूळ नष्ट करण्याचं आव्हान माझ्यापुढे आहे. पण ते आव्हान हे एक बाह्य प्रेरक आहे. त्याहूनही अधिक नेट लावला आहे, तो माझ्या अंत:प्रेरणेने. स्वत:वरची श्रद्धा पुन्हा एकदा नव्याने पारखून बघायची आहे मला. ही समस्या सोडवता-सोडवता श्रद्धेची पारख नक्कीच होईल.

तिला पुन्हा डेव्हिडच्या बोलण्याचा काही भाग आठवला – 'सगळ्या कंपन्या म्हणजे एका परीने तुरुंगच आहेत, असं मला मुळीच वाटत नाही. आपण आपल्या कंपनीकडे कोणत्या नजरेने पाहतो, यावर खूप गोष्टी अवलंबून असतात. आपण जर कैद्याच्या भूमिकेतून पाहिलं, तर आपली कंपनी आपल्याला तुरुंग नाहीतर काय वाटेल? आपली स्वत:वरची श्रद्धा विरत गेली की, या तुरुंगाच्या भिंती अधिकाधिक भरभक्कमपणे आपल्याला बंदिस्त करू पाहतात.' तुरुंगाच्या या कल्पनेने तिला काहीतरी आठवलं. कुठल्यातरी सेमिनारमध्ये असंच काहीसं तिने ऐकलं होतं.

डे-केअरजवळ येताच तिने गाडी पार्क केली आणि ताबडतोब जर्नल बाहेर काढून लिहायला सुरुवात केली.

हे आयुष्य किती मौल्यवान आहे! यातला एक क्षणदेखील वाया घालवता कामा नये. माझ्या जागेपणीचा अधिकाधिक भाग सजगपणे या विषारी ऊर्जेच्या कचरा डेपोत व्यतीत करणं, तर त्याहून चुकीचं आहे. अशा प्रकारे आयुष्य व्यतीत करण्याची कल्पनाही मला करवत नाही. मग प्रत्यक्षात असं जगणं तर दूरच. मला खात्री आहे की, माझे हे विचार जाणून घेतल्यावर माझ्या सहकाऱ्यांनाही ते पटतील आणि मग ते योग्य प्रकारे निवड करतील – त्यांच्यासमोर असलेल्या पर्यायांची. आजमितीला माझ्या या विभागात जे वातावरण आहे, ते खूप काळापासून तसंच आहे. ते वातावरण बदलायचं असेल, तर मला स्वत:ला

काही ना काही धोका पत्करावा लागणार आहे. शिवाय, यशाची शाश्वतीदेखील नाही – अगदी यत्किंचितदेखील. पण मग एका अर्थाने अंधारातली ही उडी योग्यच नाहीये का? गेल्या काही काळातील घडामोडींमुळे माझ्या स्वत:वरच्या श्रद्धेला तडा गेला आहे. कदाचित या नवीन आव्हानामुळे दुभंगलेली श्रद्धा नव्याने जोडली गेली तर? तिची पुनर्बांधणी झाली तर? आणि अगदी प्रांजळपणे सांगायचं तर, हे आव्हान पेलण्यात जो काही धोका आहे ना, तो आव्हान न स्वीकारण्यामुळे उद्‌भवणाऱ्या धोक्यापेक्षा शतपटींनी कमी आहे. शिवाय, वाघ म्हटलं तरी खातो आणि वाघोबा म्हटलं तरी खातोच! तेव्हा खुशाल वाघोबा म्हणावं त्याला आणि झेलावं संपूर्ण शक्तिनिशी, यातच शहाणपण आहे!

माझ्या स्वत:च्या फाइल्समध्ये कुठेतरी काहीतरी महत्त्वाचा विचार लिहिलेला आहे, आजच्या या परिस्थितीला अतिशय अनुकूल असा. काय बरं आहे तो? मला आज शोधून काढायलाच पाहिजे. या क्षणी जितकी आणि जिथून मिळेल तितकी मदत मिळवणं, अत्यावश्यक आहे!

मनात असे असंख्य विचार घोळवत ती साराला घेण्यासाठी गाडीतून उतरली.

"आई तुझे डोळे ओले आहेत? तू रडत होतीस का? काय झालं?" छोट्या साराच्या या काळजीने तिला गलबलून आलं.

"हो बाळा, मी रडत होते. पण आजचं माझं रडणं हे चांगलं रडणं होतं. म्हणजे मी आनंदाने रडत होते. तू सांग, तुझा दिवस कसा गेला?"

"आई, मी आपल्या सगळ्यांचं चित्र काढलंय. तुला पाहायचं आहे का?"

"हो तर! बघू, बघू!" साराने काढलेल्या चित्राकडे तिने नजर टाकली. चौकोनी कुटुंबाचं ते चित्र पाहून तिच्या मनात आलं की, पुन्हा एकदा माझ्या श्रद्धेची परीक्षा आहे.

"चल बेटा, तुझं सगळं सामान घेतलंस का? आपल्याला ब्रॅडलापण आणायचं आहे."

रविवारची दुपार

ही तिची स्वत:साठी खास राखून ठेवलेली वेळ होती. प्रत्येक रविवारी दुपारी किमान दोन तास तरी ती दोन्ही मुलांना बेबीसिटरकडे सोपवत असे. या दोन तासांमुळे ती ताजीतवानी होत असे. मग आठवडाभर घर आणि ऑफिस या दोन्ही आघाड्यांवर लढायला ती पुनश्च तयार होई, उत्साहाने. आणि म्हणूनच या दोन तासांशी कुठलीही तडजोड करणं तिला आवडायचं नाही. या दोन तासांमध्ये ती मुख्यत्वे दर्जेदार वाचन करायची. कधी मनाला उभारी देणारे लेख, तर कधी हलकी-फुलकी कथा. काही वेळेस ती सायकलवर रपेट मारायला जायची. लहर आली, तर एकटीच कॉफी शॉपमध्ये बसून कॉफी प्यायची, कुठलीही घाई न करता. सिॲटलमध्ये कॉफी शॉप्सची मुळीच वानवा नव्हती. शिवाय, तिच्या घरापासून जेमतेम तीन चौक सोडून एक कॉफी शॉप होतं. ते तिच्या आवडीचं होतं. आजचा रविवार असाच मोकळा वेळ घेऊन आला होता. काही निवडक पुस्तकं काखोटीला मारून तिने तडक तिच्या आवडत्या कॉफी शॉपकडे मोर्चा वळवला. तिथल्या त्या कोपऱ्यातलं तिचं आवडतं टेबल जणू तिचीच वाट पाहत होतं.

"एक झकास डबल कॉफी द्या प्लीज!" मनासारखी कॉफी आल्यावर ती आपला कप घेऊन त्या कोपऱ्यात विराजमान झाली. 'आज आपण स्फूर्ती देणारं वाचन करू या,' असा तिने मनाला आदेश दिला. तिच्या जवळ असलेलं सारा बॅन ब्रेथनॅक हिने लिहिलेलं 'सिंपल ॲबेन्डन्स' हे पुस्तक तिने काढलं. वारंवार हाताळल्यामुळे ते जरा खिळखिळं झालं होतं. हे पुस्तक वर्षाच्या ३६५ दिवसांकरता होतं. प्रत्येक तारखेवर वाचण्यालायक मजकूर छापलेला होता. तिने ८ फेब्रुवारीचं पान उघडलं. तिच्या विचारांना अनुकूल मजकूर तिच्या समोर आला.

'आपल्या अंतरंगात एखादा कलाकार दडला आहे, हे कबूल करणं अनेकांना झेपत नाही. पण खरं म्हणजे आपल्या प्रत्येकातच एक कलाकार असतो. प्रत्येक दिवशी, प्रत्येक क्षणी तुम्ही कशाचीतरी निवड करता आणि या तुमच्या निवडीतूनच एक विशिष्ट कलाकृती आकाराला येते, जी फक्त तुमच्या सर्जनशीलतेचा परिपाक असते. तुमच्या जन्मामागेदेखील ठोस कारण असतं. तुम्ही स्वत:चा खास ठसा उमटवणार असता या जगावर. हा ठसा तुमच्या व्यक्तिमत्त्वाचा द्योतक असतो. तेव्हा तुमच्यातील सर्जनाचे धुमारे जोपासा. पुढचं पाऊल उचलताना श्रद्धापूर्वक उचला. तुमच्या लक्षात येईल की, तुम्ही निवडलेले पर्याय तुमच्याइतकेच अनोखे आहेत. शिवाय तुम्हाला हेही जाणवेल की, तुमचं आयुष्य अतिशय सुरेख आणि परिपूर्ण आहे... मनाला उभारी देणाऱ्या कृतज्ञ अशा संध्यारागासारखं....'

आज इथे बसून आपण आपल्या ऑफिसच्या कामासंदर्भात विचार करायचं ठरवलं आहे. त्या पार्श्वभूमीवर 'निवड' आणि 'श्रद्धा' हेच मुद्दे नेमके या वाचनातून समोर आले. या दोन शब्दांच्या उल्लेखाने तिचं मन क्षणार्धात फिश-मार्केटमध्ये पोहोचलं. खरंच, तिथला प्रत्येक जण सर्वश्रेष्ठ कलाकारच तर आहे. पण त्यांचं वैशिष्ट्य म्हणजे 'आपल्याला आज कलाकृती घडवायची आहे' असा ठाम निश्चय ते रोजच करतात. 'म्हणजे मी सुद्धा स्वत: एक कलाकारच नाही का?' तिच्या मनात प्रश्न उमटला.

त्याबरोबर तिने एक फाइल उघडली. नेतृत्वाबद्दलच्या एका सेमिनारला ती गेली होती, त्या वेळची सगळी टीका-टिप्पणी त्या फाइलमध्ये संकलित केली होती. तिथेच नाही का तिने पहिल्यांदाच ऐकलं होतं की, कार्यालयीन कामकाजाची जागा ही एका परीने तुरुंगच असतो. त्या फाइलमध्ये लावलेल्या कागदांमध्ये एक कागद होता, जॉन गार्डनर याने केलेल्या भाषणाचा. अनेकदा हाताळल्यामुळे तो कागद जरा फिकुटला होता. तिला आठवलं की, जॉन गार्डनर आपलं कोणतंही लिखाण राखून ठेवत नसे. उलट आपल्या लिखाणाच्या कोणी कितीही फोटोकॉपीज काढल्या तरी त्यांची तक्रार नसे. अधिकाधिक लोकांपर्यंत त्यांचे वेगवेगळे

विचार पोहोचणं हे अत्यावश्यक आहे, अशी त्यांची भूमिका असे. 'किती हा मनाचा मोठेपणा!' मेरी जेनच्या मनात आलं. 'त्यांच्या तेव्हाच्या विचारांनी मला झपाटून टाकलं असणार, नाहीतर आज इतक्या दिवसांनी मला सगळं इतकं लख्ख कसं आठवलं असतं?' तिने त्यांच्या भाषणाच्या कागदावरून नजर फिरवायला सुरुवात केली.

जॉन गार्डनर यांचे विचार

'सगळीच माणसं सारख्याच प्रकारे प्रवास करत नाहीत. काही जण – मग स्त्री असो की पुरुष – शेवटच्या श्वासापर्यंत काही देत असतात, काही शिकवत असतात. पण काही जण मात्र मधेच थंडावतात. कधी-कधी तर प्रारंभापासून थंडावलेलेच असतात. असं का बरं व्हावं? कार्यरत राहण्याची, शिकण्याची, प्रगती करण्याची उमेद का बरं संपावी?'

एवढं वाचून मेरी जेन थांबली. वाचनातून डोकं वर काढून विचार करू लागली, 'हे तर माझ्याच टीमचं वर्णन दिसतंय की! शिवाय, माझ्यातल्या त्या जुनाट 'मी'लादेखील तंतोतंत लागू पडतंय.' स्वतःच्या जुनेपणातून ती नव्याने उभारी धरत होती. या विचारानी तिला अगदी प्रसन्न वाटलं. तिने पुढे वाचायला सुरुवात केली.

कोणत्याही कारणांचा मागोवा घेताना प्रत्येकाने सजग तर असायलाच हवं, पण तारतम्यदेखील बाळगायला हवं. एखाद्याच्या वाट्याला अधिक खडतर आयुष्य आलं, तर त्याचा असाही अर्थ असेल की, कदाचित नियतीनं त्यांच्यासमोर त्यांच्या क्षमतेपेक्षा अधिक कठोर समस्या मांडल्या आहेत. कदाचित, त्यांच्या आत्मविश्वासाला किंवा स्वाभिमानाला ठेच लागली असेल. कदाचित, ते इतके बेभान होऊन धावत राहिले असतील की, आपण का धावतो आहोत हेच त्यांना विसरायला झालं असेल.

मी अशा लोकांबद्दल बोलतो आहे, जे शिकणं आणि प्रगती या दोन्ही बाबी विसरले आहेत. कोणी कितीही व्यग्र असलं तरी

न शिकण्यासाठी 'अति व्यग्रता' ही एक लंगडी सबब आहे. अर्थात, माझ्या म्हणण्यामागे कोणाचीही टर उडवणे, उपहास करणे हा हेतू नाही, नक्कीच नाही. आयुष्य कठीण आहे हे मी अमान्य करत नाही. इतकं कठीण की, कधी-कधी त्याच्याबरोबर टिकून राहताना एक-एक पाऊल उचलायलादेखील जबरदस्त हिंमत लागते.

एका वस्तुस्थितीला आपण सामोरं जायलाच हवं. कामकाजात व्यग्र असणारे आपल्यापैकी बहुतांशी स्त्री-पुरुष अतिशय मरगळलेले, कंटाळलेले आहेत. कदाचित, त्यांना कबूल करायलाही आवडणार नाही म्हणा, पण आहे हे असं आहे.

एका प्रसिद्ध फ्रेंच लेखकाने म्हटलं आहे की, 'काही व्यक्तींच्या आयुष्यात एका ठराविक ठिकाणी आल्यावर चलन-वलनाचं घड्याळ जणू थांबतं.' आयुष्यात भरधाव पळणाऱ्या अनेकांचं निरीक्षण मी स्वत: केलं आहे.

योगी बेरा म्हणतात की, 'निरीक्षणामुळे अनेक गोष्टी तुमच्या निदर्शनास येतात. माझी तर पुरेपूर खात्री पटली आहे की, शिकायला आणि प्रगती करायला प्रत्येकालाच आवडतं, अगदी मनापासून. केव्हाही शिकायची प्रत्येकाची तयारी असते. काही अपवाद असतीलही, नाही असं नाही, पण आपण कोशात जाऊन बसल्याने आपलं काय नुकसान होणार आहे, याची जाणीव झाली, तर आपण नक्कीच कोशावस्थेवर मात करू शकू. तुमच्या घड्याळाची स्प्रिंग पूर्ण सुटली असेल, पण ती पुन्हा गुंडाळणं सहज शक्य आहे आणि तेही तुमचं तुम्हालाच!

तुमच्या प्रत्येकाच्या ठायी एक उर्मी आहे. मला ती जाणवते आहे. तुम्हाला ती कदाचित अजून जाणवली नसेल. तुम्हाला खोटं वाटेल, परंतु तुमच्या अंतरंगात एक निखळ चैतन्याचा निर्झर आहे, जो अविरत वाहतो आहे. पण त्याच्या अस्तित्वाची चाहूल तुम्हाला लागलेली नाही. तुमच्यातील बुद्धीचा कस अजून लागलेला नाही. तुमच्यातील अमर्याद क्षमतांचा वापरच अजून झाला नाहीये.'

'तरीच जॉन गार्डनरच्या लिखाणाचा ठसा माझ्यावर उमटला आहे. मुळात, मला स्वत:च्याच घड्याळाला पुन्हा एकदा किल्ली द्यावी लागणार आहे,' मेरी जेनच्या मनात आलं.

त्यानंतर एक तास ती जर्नलमध्ये आपले विचार उतरवत होती. लिहिता-लिहिता तिच्या मनातील वादळ शमत गेलं आणि तिचं तिलाच प्रसन्न वाटू लागलं. आपल्या लिखाणावर एक नजर फिरवत तिने सोमवारी सकाळी ऑफिसमध्ये तिला उपयुक्त ठरतील, अशा मुद्द्यांना अधोरेखित केलं आणि मग ती घराकडे परतायला तयार झाली.

विषारी ऊर्जेचा कचरा डेपो हटवायचा असेल, तर मला स्वत:ला कणाकणाने खंबीर बनावं लागेल. नेतृत्व करण्यासाठी परिपूर्ण व्हावं लागेल. या मार्गावर यशोमंदिर असेलच असं नाही, पण तरीही अपयशाचा धोका पत्करावा लागेल. यशाची ग्वाही कुठेच नाही, प्रयत्न केला तरीही किंवा प्रयत्नच केला नाही तरीही. सुरक्षितता आहेच कुठे? पण मग निष्क्रिय बसण्यापेक्षा हात-पाय मारायचा प्रयत्न केला तर? कुणी सांगावं, नौका लागेलसुद्धा किनाऱ्याला! निदान बुडणार तर नाही. मला स्वत:ला हातात सुकाणू घ्यायला हवंय. त्या आधी गरज आहे ती स्वत:ची मनोवृत्ती ठरवण्याची. नाही का? तर मग विश्वास, आत्मविश्वास आणि श्रद्धा या त्रयीची निवड मी करते, स्वत:च्या घड्याळाला स्वत:च किल्ली देते आणि होते तयार माझ्या 'विषारी ऊर्जेच्या कचरा डेपो'मध्ये स्थित्यंतर घडवून आणायला, फिश-मार्केटमध्ये शिकलेले धडे गिरवायला, नव्याने शिकायला आणि प्रगती साधायलादेखील....

सोमवार सकाळ

पहाटे साडेपाच वाजता ती तिच्या मुलीच्या डे-केअर सेंटरपाशी दरवाजा उघडण्याची वाट पाहत उभी होती. मनातून तिला खूप अपराधी वाटत होतं. अशी अवेळ असली, तर ब्रॅडलासुद्धा डे-केअरमध्ये सोडावं लागे. त्याची स्कूलबस तिथूनच त्याला शाळेत घेऊन जाई. आपल्या मुलांच्या पेंगुळलेल्या डोळ्यांकडे पाहून ती आपुलकीने म्हणाली, ''बाळांनो, तुम्हाला इतक्या पहाटे उठवून डे-केअरमध्ये सोडणं मला मुळीच आवडत नाही. शक्यतोवर मी ते टाळते. पण काय करू? आज ऑफिसमध्ये एक महत्त्वाचं प्रोजेक्ट सुरू करायचं आहे आणि त्याच्या तयारीसाठी तिथे आधी पोहोचणं भाग आहे.''

ब्रॅड डोळे चोळत म्हणाला, ''काही हरकत नाही, मॉम!'' साराने त्याचीच री ओढली. ''आणि पहिलं पोहोचलं की, आपल्याला हवा तो व्हिडिओ गेम खेळायला मिळतो ना!''

तेवढ्यात डे-केअरचं दार उघडलं. मेरी जेनने रजिस्टरमध्ये दोघांचीही नोंद केली. त्यांना एकदा मिठीत घेतलं आणि मग तिथून जायला निघाली. अगदी पहाटेची वेळ असल्यामुळे रस्त्यावर मुळीचच वर्दळ नव्हती, त्यामुळे जेमतेम वीस मिनिटांत ती ऑफिसमध्ये पोहोचलीसुद्धा. वाफाळत्या कॉफीचा कप घेऊन ती आपल्या खुर्चीमध्ये विसावली, तेव्हा फक्त ५:५५ झाले होते. तिने आपल्या समोरचं पॅड ओढलं, पेन उघडलं आणि ठळक अक्षरांत लिहायला सुरुवात केली.

आपली मनोवृत्ती निवडा

टप्पे :

- मीटिंगमध्ये आपले विचार मनापासून मांडणे.
- आपली मनोवृत्ती निवडणे म्हणजे काय हे सगळ्यांना समजेल आणि त्यानुरूप आचरणात आणता येईल, या दृष्टीने एखादा चपखल आणि सुटसुटीत मसुदा तयार करणे.
- सर्वांना प्रेरित करणे.
- श्रद्धापूर्वक पाठपुरावा करणे.

'हे काम तर झालं. पण खरं आव्हान तर पुढेच आहे. या तिसऱ्या मजल्यावरच्या माझ्या स्टाफला मी कसं समजावणार आहे, हा यक्षप्रश्न आहे. हं!' एक सुस्कारा टाकून तिने आपले विचार झरझर कागदावर उतरवायला सुरुवात केली.

सोमवारच्या त्या सकाळी तिचा सगळा स्टाफ दोन गटांत येऊन तिला भेटला. एक गट तिच्या कॉन्फरन्स रूममध्ये जमला, तेव्हा दुसऱ्या गटाने सगळ्यांचे फोन-कॉल्स स्वीकारले. पहिल्या गटाची मीटिंग संपल्यावर दोन्ही गटांनी भूमिका बदलल्या.

पहिला गट आत आला. स्थिरस्थावर होतहोतच घरगुती माहितीची जुजबी देवाण-घेवाण चालू होतीच. शिवाय 'छळवादी सोमवार उजाडला एकदाचा' हा सार्वत्रिक त्रासिक भाव सगळ्यांच्याच चेहऱ्यावर स्वच्छपणे वाचता येत होता. 'खरंतर हे सगळेच जण मनानी चांगले आहेत,' तिच्या मनात विचार आला. एव्हाना तिला ताण जाणवू लागला होता. त्यामुळे तिचं हृदय नेहमीपेक्षा दुप्पट-तिप्पट गतीनं पळू लागलं. सगळे जण हळूहळू शांत झाले आणि तिच्याकडे बघू लागले. 'चला मॅडम, करा सुरुवात!' तिने स्वत:च्या मनाला चुचकारत म्हटलं.

मेरी जेनचं सादरीकरण

"आज आपण एका अतिशय महत्त्वाच्या आणि गंभीर विषयावर चर्चा करणार आहोत. साधारण दोन आठवड्यांपूर्वीची ही गोष्ट आहे. आपल्या कंपनीचे ग्रुप व्हाइस प्रेसिडेंट – आपले बिग बी – एका कॉन्फरन्सला गेले होते. तिथून परत आले तेव्हा त्यांना ठामपणे पटलं होतं की, 'फर्स्ट गॅरंटी फायनान्शियल' या आपल्या कंपनीचा कायापालट करणं, अत्यंत निकडीचं आहे. उत्साह आणि सकारात्मकता यांचा इथे अभाव आहे. उत्पादन क्षमता वाढवणे, उत्तम कर्मचारिवर्ग मिळवणे, तो सातत्याने टिकवून ठेवणे, दर्जेदार ग्राहकसेवा देणे आणि इतर अशाच अत्यावश्यक बाबींकरता मुळात उत्साहवर्धक वातावरणाची गरज असते. आजच्या या स्पर्धेच्या युगात खंबीरपणे आणि यशस्वीपणे उभं राहायचं असेल, तर वर उल्लेखलेल्या सर्व बाबी आणि पर्यायाने उत्साह क्रमप्राप्त आहे. हा सगळा विचार करून त्यांनी सर्व बॉसची एक मीटिंग बोलावली. त्या मीटिंगदरम्यान बिग-बींनी आपल्या या तिसऱ्या मजल्याचा विशेषत्वाने उल्लेख केला. तुम्हाला उत्सुकता असेल ना, त्यांनी काय उल्लेख केला ते जाणण्याची? आपल्या मजल्याला त्यांनी 'विषारी ऊर्जेचा कचरा डेपो' हे नाव दिलं आहे. तुम्ही ऐकत आहात, ते अगदी बरोबर आहे. शिवाय, या कचऱ्याची विल्हेवाट लावण्याची आवश्यकतादेखील त्यांनी बोलून दाखवली."

इतकं बोलून मेरी जेनने क्षणभर विश्रांती घेतली. सगळ्यांच्याच चेहऱ्यावर चकित झाल्याचे भाव होते. तेवढ्यात ॲडम पटकन म्हणाला, "या मजल्यावर ते सगळे जण कसं काम करतील, हे पाहायला आवडेल मला. इथल्या कामाइतकं रटाळ या जगात दुसरं काही नसेल." ॲडम त्या कंपनीचा जुना कर्मचारी होता.

अजून एका कर्मचाऱ्यानी आपलं मत व्यक्त केलं. "आपल्या या मजल्यावर ऊर्जा असली काय आणि नसली काय, त्याने काय फरक पडणार आहे? कोणत्याही परिस्थितीत आपण काम पूर्ण करून देतोच, नाही का?" उत्साह हा प्रकार कशाशी खातात हे या कर्मचाऱ्याला माहीतच नव्हतं.

पण तरीदेखील तिसरा मजला हा 'विषारी ऊर्जेचं कोठार आहे,' हा

आरोप कुणीही खोडून काढला नाही.

मेरी जेनने पुन्हा बोलायला सुरुवात केली. ''मी तुम्हाला सांगू इच्छिते की, हा प्रश्न असा अर्धवट सोडला जाणार नाहीये. कदाचित, बिग-बींना त्यात स्वारस्य उरणार नाही, कालांतराने बिल या प्रकरणाबद्दल विसरून जाईल. पण मी मात्र तसं काहीही करणार नाही आणि होऊ देणार नाही. मला संपूर्णतया मान्य आहे की, आपला हा तिसरा मजला खरोखरच 'विषारी ऊर्जेचा कचरा डेपो' बनला आहे. कंपनीतल्या इतर विभागांना आपल्याबरोबर कुठलाही व्यवहार करायला आवडत नाही. ते पण आपला उल्लेख करताना 'खंदक' असाच करतात. दुपारी जेवताना 'तिसरा मजला' हे सगळ्यांचं आवडतं तोंडीलावणं आहे. येता-जाता ते आपली थट्टा उडवतात, आपल्याला हसतात आणि त्यात त्यांचं काही चुकतंय असं मला मुळीच वाटत नाही. आपल्यातल्या अनेकांना इथे यायला आवडत नाही. आपणही आपल्या मजल्याला खंदकाचीच उपमा देतो, नाही का? मला असं वाटतंय की, आपण हे सगळं बदलू शकतो. इतकंच नाही, तर आपण हे सर्व बदललंच पाहिजे. हे तुम्हाला सांगण्यासाठी आजची ही मीटिंग आहे.''

मघाचे चकित भाव जाऊन त्यांची जागा हबकण्याने घेतली होती. टाचणी पडली तरी आवाज होईल, इतकी शांतता पसरली होती.

''माझी स्वत:ची कथा तुमच्यापासून लपलेली नाहीये. मी आणि डॅन या तुमच्या शहरात आलो होतो, ते फार मोठी स्वप्नं उराशी बाळगून. काहीतरी भरीव करून दाखवण्याच्या आशेने. सोबत आमची दोन्ही लहान मुलं होती. परंतु डॅनच्या अकाली मृत्यूनंतर मी अगदी एकाकी झाले. तुम्हाला तर माहीत आहे की, डॅनची मेडिकल बिलं भागवण्याइतकासुद्धा इन्शुरन्स नव्हता आमच्याकडे. त्याच्या जाण्याने माझी आर्थिक स्थिती बिकट झाली आहे, याचीही तुम्हाला कल्पना आहे.

मात्र, या साऱ्याचा माझ्यावर काय परिणाम झाला, हे मात्र तुम्हाला माहीत नसेल. तुमच्यापैकी काही जण एकेकट्यानीच मुलं वाढवत असतील. त्यांना कल्पना येईल मी काय बोलते आहे याची. माझ्यातला आत्मविश्वास मी पूर्णपणे गमावला होता आणि मला नोकरीची अत्यंत आवश्यकता होती. म्हणूनच मी मळलेल्या पायवाटेवरून चालत राहिले.

कुठलाही धोका पत्करण्याची माझी तयारी नव्हती. स्वत:च्या आर्थिक सुरक्षेला मी सर्वाधिक प्राधान्य दिलं आणि या मळलेल्या पायवाटेवरून चालण्याचा परिणाम म्हणून की काय, आज माझी आर्थिक सुरक्षा, माझी नोकरी दोन्हीही अडचणीत आल्या आहेत. आपला 'आज' हा त्या 'काल'पेक्षा वेगळाच आहे.

या सगळ्याचं सार सांगायचं तर मी म्हणेन की, मला या नोकरीची आजही तितकीच प्रकर्षाने गरज आहे. पण माझं उर्वरित आयुष्य एखाद्या 'विषारी ऊर्जेच्या कचरा पेटी'मध्ये घालवायची माझी इच्छा नाही आणि तयारीही नाही. आमच्या सहजीवनाच्या दरम्यान डॅननी माझ्याकडून गिरवून घेतलेले सर्व धडे मी आजवर विसरलेच होते. तो म्हणायचा, 'जेमतेम निवृत्तीपर्यंत पोहोचायचं हे इतकं सीमित आयुष्याचं ध्येय नसतं. आपलं आयुष्य त्याहून कैक पटींनी मौल्यवान आहे. त्याची उत्तम प्रकारे बूज राखली गेली पाहिजे.' आपल्या ऑफिसमध्ये आपण रोजचे खूप तास व्यतीत करतो; खरंतर वाया घालवतो आहोत. आपण आपला वेळ सत्कारणी लावला पाहिजे. मला स्वत:ला तरी असं वाटतंय की, आपल्या या तिसऱ्या मजल्यावर आपण परिवर्तन घडवून आणू शकतो. अजूनही वेळ गेलेली नाहीये.

आता एक चांगली गोष्टपण सांगते. मी एका अशा माणसाला ओळखते, जो एका जगद्विख्यात संस्थेकरता काम करतो. सकारात्मक ऊर्जा या विषयावर त्याचं प्रभुत्व आहे. लवकरच त्याला भेटायचा योग आहे, पण त्या आधी त्याचाच एक मार्गदर्शनपर सल्ला मी तुमच्यापर्यंत पोहोचवणार आहे – आपणच आपली मनोवृत्ती निवडतो.''

मनोवृत्ती निवडणे ही काय संकल्पना आहे, ते मेरी जेनने सविस्तरपणे समजावून सांगितलं. कुणाला काही प्रश्न विचारायचे असतील तर त्यांनी ते विचारावेत, असं ती पुढे म्हणाली.

सगळ्यात आधी स्टीव्हचा हात वर आला. मेरी जेननं त्याला होकार दिल्यावर तो म्हणाला, ''असं समज की, मी ड्रायव्हिंग करतो आहे. कुणी एक अति शहाणा मला कट मारून पुढे जातो. मी वैतागतो. त्याची परिणती कदाचित जोरजोरात हॉर्न वाजवण्यात होऊ शकते किंवा मी त्याच्याकडे पाहून हातवारे करू शकतो, नाही का? आता याच्यात निवडीला कुठला वाव आहे, सांग बरं मला. मी

स्वत:हून काहीच केलं नव्हतं. माझ्यावर ते लादलं गेलं होतं ना! मग निवडीचं काही स्वातंत्र्य होतं का मला?''

''स्टीव्ह, आधी माझ्या एका प्रश्नाचं उत्तर दे. तू जर आपल्या शहरातल्या गुंडांच्या वस्तीतून गाडी चालवत असताना हा प्रसंग घडला असता, तर तू असे हातवारे केले असतेस का?''

''नक्कीच नाही! काय वेडबीड लागलंय का मला स्वत:वर नसतं संकट ओढवून घ्यायला?'' स्टीव्हच्या चेहऱ्यावर हलकंसं हसू उमटलं होतं.

''म्हणजे तुझं असं म्हणणं आहे की, शहरातील गुंडगिरीचा भाग असेल, तर तू ठरवशील की कोणत्या प्रकारे व्यक्त होणार आहेस. परंतु हेच जर तू उपनगरामध्ये असशील, तर कसं व्यक्त व्हायचं हे ठरवणं न ठरवणं तुझ्या हातात नसेल. ते अभावितपणे घडून जाईल.''

''हं! तुला काय म्हणायचं आहे ते आलं माझ्या लक्षात, मेरी जेन!''

''स्टीव्ह, तू खरोखरच एक उत्तम प्रश्न विचारला आहेस बघ! इतर लोकांनी गाडी कशी चालवावी यावर आपण कुठल्याही प्रकारे नियंत्रण ठेवू शकत नाही. आपण नियंत्रण ठेवू शकतो, ते केवळ आपल्या व्यक्त होण्यावर. आपल्या व्यक्त होण्यावर. इथे या आपल्या 'फर्स्ट गॅरंटी फायनान्शियल'च्या ऑफिसमध्ये काही वेगळी परिस्थिती नाहीये. कोणतं काम करायचं याच्यावर आपला फारसा ताबा नाही, परंतु आपल्याला दिलेलं काम आपण 'कसं' करायचं, हे मात्र संपूर्णपणे आपल्या हातात आहे. त्या कामाकडे बघताना आपला दृष्टिकोन कसा ठेवायचा, हे आपण ठरवायचं आहे. मी एवढंच सांगेन की, आपण प्रत्येकाने हा विचार करायची वेळ येऊन ठेपलेली आहे. याची शहानिशा करून निर्णय घ्यायला हवा आहे. आपण निवडलेल्या मनोवृत्तीची जाणीव आपल्याला होत राहावी, यासाठी काही ना काही मार्ग शोधायचे आहेत. या सगळ्या प्रवासासाठी मी तुम्हा सगळ्यांना शुभेच्छा देऊ इच्छिते. आपल्या सगळ्यांचं 'कार्यविश्व' आपल्या 'भावविश्वा'वर अवलंबून आहे.''

त्यानंतर उरलेल्या कर्मचारी गटाबरोबर अशीच एक मीटिंग झाली. या गटाकडून कुठलाच प्रश्न उपस्थित न झाल्याने मेरी जेनने पहिल्या गटातील स्टीव्हने विचारलेला प्रश्न वानगीदाखल घेतला. दोन्ही मीटिंग्ज आटोपल्या तेव्हा सकाळचे साडेदहा झाले होते. खरंतर ती खूप थकली

होती. नाही म्हटलं तरी या दोन्ही मीटिंग्जचं प्रचंड दडपण तिच्यावर होतं. परंतु तिला प्रकर्षाने जाणवलं की, स्वत:ची मनोवृत्ती ठरवण्याची ही पहिलीच संधी होती. ती दवडता कामा नये आणि तिने ती संधी मुळीच दवडली नाही.

संपूर्ण आठवडा भरकन संपला. आपल्या ऑफिसमध्ये एक चक्कर मारायचा परिपाठ तिने पूर्ण आठवडा कसोशीनं पाळला होता. प्रत्येकाने कोणत्या मनोवृत्तीची निवड केली आहे, हे जाणून घ्यायची उत्सुकता तिलाही होतीच. संवादाने अंतर कमी होतं. तसंच कामही झपाट्याने, स्फूर्तीने होतं याची तिला जाणीव होतीच. अशीच एक चक्कर मारत असताना ती स्टीव्हच्या समोर आली.

स्टीव्ह म्हणाला, ''तू तर मला चांगलंच कोंडीत पकडलं होतंस की!''

''माझ्यामुळे तुला लाजल्यासारखं झालं का रे?''

''छे गं, मेरी जेन! उलटपक्षी त्यामुळे मला वैयक्तिक स्तरावर खूपच फायदा झाला आहे. गेल्या काही दिवसांत माझं आयुष्य म्हणजे क्रिया-प्रतिक्रियांचा एक खेळ बनलं होतं. तुझ्या परवाच्या बोलण्यामुळे मला जाणीव झाली की, मनोवृत्ती निवडणं माझ्या हातात आहे. बाकी अडचणी म्हणशील, तर प्रत्येकालाच असतात. त्याचा किती बाऊ करायचा? मात्र स्वत:वर थोडंसं नियंत्रण ठेवलं आणि किंचितसं धैर्य एकवटलं की, मनोवृत्ती ही तापदायक न वाटता सहज-स्वाभाविक प्रवृत्ती बनायला मदतच होते.''

''धैर्य?''

''अगं, सध्या मी विचित्र परिस्थितीतून जातो आहे. माझं आणि माझ्या मैत्रिणीचं नातं विचित्र पद्धतीनं अडकलं आहे. त्या बाबतीत ठाम निर्णय घेण्याची गरज आहे. प्रत्येक गोष्टीवर उगाचच प्रतिक्रिया व्यक्त करायच्या, स्वत:चा बळी जातो आहे अशी भावना मनात बाळगायची आणि यातून हाती काय लागतंय, तर नुसताच मनस्ताप. अडचण आपली जिथे होती तिथेच, उलट अधिकाधिक जटील बनत चालली आहे. असं चालणार नाही. समस्येची उकल झाली पाहिजे. सॉरी हं मेरी जेन, मी जरा संदिग्धपणे बोलतो आहे, पण ही फारच खासगी बाब आहे.''

“स्टीव्ह, मी तर म्हणेन की, तू माझ्यावर विश्वास दाखवून इतक्या मोकळेपणे बोलला आहेस ना! मीच तुझे आभार मानते. गुड लक स्टीव्ह!”

“मेरी जेन, आम्हा सगळ्यांचाच तुझ्यावर विश्वास आहे. पण काय करणार गं? इथलं कामच इतकं रटाळ, कंटाळवाणं, एकसुरी आहे ना! शिवाय, इथे असलेल्यांच्या वाट्याला काय येतं, तर फक्त तक्रारी आणि तक्रारी – आमच्यावर हल्ला चढवल्यागत. पण तू आम्हाला एक वेगळीच दृष्टी दिलीस. माझा स्वत:चा तुला पूर्ण पाठिंबा आहे.”

स्टीव्हची ही कबुली ऐकून, कौतुकाचे चार शब्द ऐकून मेरी जेनला आश्चर्य वाटलं होतं आणि मनापासून आनंददेखील झाला होता. नक्की काय करायला हवं याचा उलगडा कर्मचाऱ्यांना झाला नव्हता, तरीदेखील ऑफिसचं वातावरण बदलायला हवं, हलकं-फुलकं व्हायला हवं याबाबत कुणाचंच दुमत नव्हतं, हेही तितकंच खरं होतं.

आणि मग शुक्रवार उजाडला. तिसऱ्या मजल्यावर लिफ्ट थांबली, तशी ती लिफ्टमधून बाहेर आली. एका मोठ्या पोस्टरनी तिचं स्वागत केलं. त्याचं शीर्षक होतं – ‘तुमची मनोवृत्ती निवडा.’ पोस्टरच्या मध्यभागी लिहिलं होतं – आजच्या दिवसासाठीचे पर्याय. त्याखाली दोन चेहरे काढले होते – एका बाजूचा हसरा आणि दुसऱ्या बाजूचा अर्थातच त्रासलेला, वैतागलेला.

‘अखेर जमलं!’ असं म्हणत मेरी जेन आपल्या ऑफिसच्या दिशेने वळली. तिच्या प्रयत्नांना आलेलं यश पाहून तिला प्रचंड आनंद झाला होता. लोनीला हे सगळं कधी सांगते, असं तिला झालं होतं.

लोनीला त्या पोस्टरबद्दल सविस्तरपणे सगळं सांगितल्यावर तिने सुचवलं की, त्यांची अर्धवट चर्चा पूर्ण करायला तिला आवडेल. सोमवारी लंच-ब्रेकमध्ये भेटू या का, असं लोनीने विचारलं; पण पुढच्या आठवड्यापर्यंत थांबायची तिचीच तयारी नव्हती. त्यामुळे त्या दोघांनी शनिवारी भेटण्याचं नक्की केलं. शनिवारी सकाळी तिने मुलांना घेऊनच फिश-मार्केटमध्ये यावं असं ठरलं.

फिश-मार्केटची वारी शनिवारी

शनिवार हा नेहमीच गर्दीचा वार असतो, म्हणूनच लोनीने सुचवलं होतं की, तिने मुलांना घेऊन जरा लवकरच पोहोचावं. 'लवकर म्हणजे तरी किती वाजता येऊ आम्ही?' असं मेरी जेनने विचारल्यावर लोनीने तिला सांगितलं की, तो स्वत: पहाटे पाच वाजताच कामाला सुरुवात करतो. पण मुलांचा विचार करता ती ८ वाजेपर्यंत आली तरी चालेल.

ब्रॅड आणि सारा गाडीत बसले तरी त्यांच्या डोळ्यांवरची झोप काही गेली नव्हती. परंतु फिश-मार्केटला पोहोचून पार्किंगला जागा शोधेपर्यंत दोघांचीही झोप गायब झाली होती. आपण फिश-मार्केटला येऊन पोहोचलो आहोत, या कल्पनेनी दोघंही उत्साहित झाले होते. त्यांची प्रश्नमंजुषा अव्याहत सुरू होती. 'ते लोक मासे कुठून आणतात? मोठा मासा नक्की किती मोठा असतो? आणि शार्कपण असतो का त्यांच्याकडे? आमच्यासारखी बरीच मुलं तिथे असतील का?' वगैरे, वगैरे.

गाडी व्यवस्थित पार्क करून मेरी जेन व मुलं खाली उतरली आणि पाइक प्लेस फिश-मार्केटकडे निघाली. तिथली शांतता पाहून मेरी जेनला आश्चर्याचा धक्काच बसला. एका फिश स्टॉलजवळ उभा असलेला लोनी तिला लगेचच दिसला. तो स्टॉल इतका व्यवस्थित मांडलेला होता की, मेरी जेनला लोनीचं कौतुकच वाटलं. एका बाजूला हारीने मासे मांडलेले होते, तर दुसऱ्या बाजूला इतर सी-फूड. प्रत्येक नग प्लॅस्टिकमध्ये नीटसपणे बांधलेला होता. शिवाय नाव, वजन, किंमत आणि इतर वैशिष्ट्ये सांगणारं लेबल प्रत्येक पाकिटावर दिसत होतं. अर्थात, सगळे मासे आणि सी-फूड बर्फामध्ये रचलेलं होतं. एका विभागामध्ये मात्र फक्त बर्फच रचलेला दिसत होता.

'गुड मॉर्निंग' म्हणत लोनीनं त्यांचं स्वागत केलं. जोडीला त्याचं ते खास हसू होतंच. तो म्हणाला, "आणि आज आपल्याकडे हे दोन नवे मच्छिमार कोण आले आहेत बरं?"

मेरी जेननी आपल्या दोन्ही मुलांची लोनीशी ओळख करून दिली. पुढची सूत्रं लोनीनं आपल्या हातात घेतली. "चला, कामाला लागू या!" हे ऐकल्यावर मेरी जेन लगेच पर्समधून नोटपॅड बाहेर काढू लागली.

"नाही, हे काम नाही म्हणत मी! मी असा विचार केला की, या स्टॉलवर मासे रचायला तुम्हा तिघांची मदत घेता येईल."

"मस्त!" ब्रॅडनी उत्स्फूर्तपणे म्हटलं.

"तुमच्या साइजचे बूट तर काही मिळाले नाहीत, पण हे तीन एप्रन्स आणले आहेत, ते बांधून घ्या. म्हणजे मग आपल्याला कामाला लागता येईल."

नक्की काय चाललं आहे, हे साराला बहुधा कळलं नव्हतं. मेरी जेननी तिला हलकेच कुशीत घेतलं. लोनी ब्रॅडला घेऊन मागच्या भागात, जिथे कोल्ड स्टोअरेज होतं तिथे गेला. तिथे वेगवेगळ्या प्रकारचे मासे साठवले होते. ते त्याने ब्रॅडला दाखवले. तोवर मेरी जेनने साराला बरोबर घेऊन मार्केटमध्ये एक चक्कर टाकली. साधारण पंधरा मिनिटांनी लोनी आणि ब्रॅड बाहेर आले. माशांनी गच्च भरलेली एक मोठी हातगाडी त्यांनी ढकलत आणली. खरं सांगायचं तर ढकलायचं काम लोनी करत होता आणि ब्रॅड त्या गाडीच्या एका हँडलला झकासपैकी लोंबकळत होता.

चैतन्यपूर्ण सहभाग

"आई, तिकडे मागच्या बाजूला काय धम्माल आहे! खूप म्हणजे खूपच मासे ठेवले आहेत. मला तर मोजतापण येत नाहीयेत. लोनी, लाखो मासे असतील ना? आणि आई, मी लोनीला खूप मदत केली बरं का!"

उत्तरादाखल लोनीनं हसून ब्रॅडकडे बघितलं आणि मान हलवली. पण अर्थात, लोनीच्या चेहऱ्यावर कुठेही मस्करीचा भाव नव्हता. उलट त्यानं जाणीवपूर्वक 'प्रोफेशनल लूक' ठेवला होता. "महाराज, आपल्याला हे सगळे मासे आधी नीट रचून ठेवावे लागतील, नाही का? तरच आपल्याला आजच्या विक्रीला सुरुवात करता येईल. मग करायची का सुरुवात?"

लोनीच्या या प्रश्नामुळे ब्रॅडला आणखीनच आनंद झाला. त्या गाडीवरून एखादा मोठा ट्युना काढून लोनीकडे द्यायचा आणि त्याने तो लगेच बर्फात रचायचा. दोघांचं ट्युनाशी मस्त ट्युनिंग जमलं होतं. बहुतेक सर्वच ट्युना

ब्रॅडच्या उंचीचे होते. 'नेमका आजच आपण कॅमेरा आणला नाही,' मेरी जेन हळहळली. लोनी ब्रॅडशी छान वागत होता, हळुवार तरीही खंबीर. त्याच्या वागण्यात आपुलकी तर होतीच, शिवाय सहजतादेखील. मधूनच लोनी एखाद्या माशाचं तोंड उघडायचा आणि ब्रॅडच्या जवळ न्यायचा. तो मासा आता ब्रॅडला चावतो की काय, असंच वाटायचं. या ना त्या प्रकारे लोनीने ब्रॅडला सतत हसत ठेवलं होतं. फक्त दोन मासे रचता येतील, एवढीच जागा त्या स्टॉलवर उरल्यावर ब्रॅड आणि लोनीच्या कामाची अदलाबदल झाली. आता लोनी ब्रॅडच्या हातात मासे सोपवू लागला आणि ब्रॅड ते मासे बर्फात रचू लागला. 'कोणता ॲक्शन हीरो तुला सर्वाधिक आवडतो?' असं जर ब्रॅडला त्या क्षणी विचारलं असतं, तर त्यानी 'लोनी' असंच उत्तर दिलं असतं.

"मुलांनो, तुमची आई आणि मी आता कामाला लागतो बरं का! मेरी जेन, काढ बरं तुझी वही बाहेर. आपला ब्रॅडच सांगेल तुला की, उत्साहाने भरलेल्या एखाद्या जागेचं दुसरं वैशिष्ट काय असतं ते."

"ब्रॅड?"

"तू ऐक तर खरं, म्हणजे तुलाही पटेल. 'आपली मनोवृत्ती आपणच ठरवायची' हे ज्या व्यापाऱ्यांनी ठरवलं होतं, त्यांनीच पुढचा घटकदेखील निवडला होता. हा घटक प्रत्येक मुला-मुलीचा खास दोस्त असतो. पण मोठं होण्याच्या गडबडीत आपण विनाकारणच गंभीर होत जातो आणि या महत्त्वाच्या घटकाला विसरून जातो, पार भूतकाळात गाडून टाकतो. ब्रॅड, तुम्ही मधल्या सुटीत काय करता ते आईला सांग बरं!"

ब्रॅडच्या हातात मोठा ट्युना होता, तो त्याने कसाबसा काउंटरवर ठेवला आणि म्हणाला, "खेळतो!"

मेरी जेननी आपलं जर्नल उघडलं आणि लिहिलं 'खेळ'. ती मार्केटमध्ये पहिल्यांदाच आली होती तो दिवस तिला आठवला. एखाद्या मोठ्या मुलांच्या शाळेची मधली सुटी झाली असावी, असंच दृष्य समोर होतं. एका अल्लड उत्साहाने सगळे जण धम्माल करत होते. कुणी मासे फेकत-झेलत होते, कोणी आलेल्या ग्राहकांची मस्करी करत होते, कोणी फर्माईश करत होते, तर कोणी केलेल्या फर्माइशींची नक्कल. तो सगळा खेळाचाच प्रकार नव्हता का? खरोखरच मोठ्यांचा हा खेळ म्हणजे, 'चैतन्यपूर्ण सहभाग' होता. तिने आपल्या जर्नलमध्ये लिहिलेला

खेळ हा शब्द कंसात टाकला आणि त्याच्यासमोर लिहिलं, 'चैतन्यपूर्ण सहभाग'.

"मेरी जेन, गैरसमज नको करून घेऊस. या मार्केटमध्ये प्रचंड आर्थिक उलाढाल होते. आम्ही कोणीही इथे येऊन फालतू मस्करी करत नाही. आमच्या या व्यवसायाकडे आम्ही पुरेशा गांभीर्याने पाहतो. अगं, किती जणांची रोजी-रोटी या मार्केटवरच अवलंबून आहे. परंतु एक गोष्ट आमच्या अगदी चांगल्या प्रकारे लक्षात आली आहे. ती म्हणजे, व्यवसाय गंभीरपणे करायचा म्हणून आपणही चेहऱ्यावर गंभीर भाव आणून बसायचं असतं, असं नाही. उलट कुठलाही ताण न घेता हलक्याफुलक्या वातावरणात, आनंदात काम केलं की, अधिक चांगलं यश मिळतं. कामाचं काय गं, ते तर करावंच लागतं. मात्र ते काम आपण कोणत्या प्रकारे करणार आहोत, हे जास्त महत्त्वाचं नाही का? त्यामुळेच आमच्या ग्राहकांना वाटतं की, आम्ही त्यांची करमणूक करत आहोत. पण खरं म्हणजे आम्हा प्रत्येक प्रौढाच्या मनातील अल्लड मूल इथला प्रत्येक क्षण आनंदाने जगत असतं. तेही इतरांच्या भावना न दुखावता, पुरेशा गांभीर्याने.

या अशा वागण्याचे खूप फायदे झाले आहेत आम्हाला. आमच्या प्रत्येकाकडे माशांची तडाखेबंद विक्री होते, त्यामुळे नुकसान होण्याचं प्रमाणदेखील कमी झालं आहे. खरंतर आमचं हे सर्व काम खूप थकवून टाकणारं आहे. तरीदेखील, आम्ही या कामातून प्रचंड आनंद मिळवतो. या गेल्या काही वर्षांत आम्ही सगळे विक्रेते एकमेकांचे जिवलग मित्र झालो आहोत. हा खेळ खेळता-खेळता आमची एक टीम तयार झाली आहे. सातत्याने जिंकणारी, आघाडी राखणारी. आम्ही करत असलेल्या कामाचा अभिमान तर आम्हाला वाटतोच आहे, पण त्याचबरोबर ते काम करण्यासाठी जी पद्धत आम्ही अंगीकारली आहे, तीसुद्धा आम्हाला तितकीच आवडते. त्याच्या जोरावरच आम्ही 'जगप्रसिद्ध' झालो आहोत. आणि याच्यामागचं खरं कारण काय तर ब्रॅड शाळेत सहजगत्या जे करतो, तेच आम्ही इथे विचारपूर्वक करतो. खेळाचं आणि तो खेळत असताना त्यातील चैतन्यपूर्ण सहभागाचं पूर्ण भान ठेवून आम्ही हे साध्य करू शकलो आहोत."

तेवढ्यात ब्रॅड म्हणाला, "आई, तुझ्या ऑफिसमधल्या लोकांना तू इथे का आणत नाहीस? मग लोनी त्यांना 'कसं खेळायचं' ते शिकवेल."

सौख्याची अनुभूती

अचानक मेरी जेनच्या शेजारून कोणीतरी बोललं, ''अहो मॅडम रिपोर्टर, एखादा मासा हवा आहे का?'' लोनीच्या सहकाऱ्यांपैकी एक जण तिच्या बाजूला उभा होता. त्याच्या हातामध्ये एका मोठ्या माशाचं डोकं होतं. ''याच्या कवटीचा थोडा भाग सटकला आहे, म्हणून मी याची किंमत अगदी कमी करून तुला देईन. चालेल का? या माशाला मी 'हसणारा सुशी' म्हणतो. बघ, बघ कसा हसतो आहे तो! चल, फक्त एक 'पेनी' दे.'' त्याच्या चेहऱ्यावर मिश्कील भाव होते आणि हातातला सुशी मासा... तो चक्क 'स्माइल' देत होता. अर्थात, ही त्या माणसाच्या हातांची करामत होती म्हणा!

ते सगळं पाहून लोनीलादेखील हसू आवरलं नाही. ब्रॅडला तर आता असं झालं होतं की, 'कधी एकदा मी तो मासा माझ्या हातात धरतो!' सारा मात्र मेरी जेनच्या मागे दडली होती. मेरी जेनने आपल्या पर्समधून 'पेनी' काढून त्याला दिली. सगळे जण त्याला 'वुल्फ' म्हणून का हाक मारत होते कुणास ठाऊक! अर्थात, तिनेदेखील कुणाला त्याबद्दल विचारलं नसतंच. त्याच्या डोक्यावरचे केस कायम अस्ताव्यस्त असायचे आणि त्याची नजर आजूबाजूला घडणाऱ्या प्रत्येक गोष्टीचा वेध घेत राहायची. पण त्याचं नाव जरी 'वुल्फ' म्हणजे लांडगा असलं, तरी हा वुल्फ माणसाळलेला होता. त्याच्या हालचालींतून त्याचं ममत्व जाणवत राहायचं. वुल्फनी तो सुशी मासा एका पिशवीत भरला, ती पिशवी बंद केली आणि ब्रॅडच्या हातात सोपवली. ब्रॅडच्या चेहऱ्यावरचा आनंद लपत नव्हता. इतका वेळ लपून बसलेली सारा आता पुढे आली. तिलासुद्धा एक सुशी हवा होता. वुल्फनी चक्क दोन सुशी आणले आणि तिला दिले. त्यामुळे ब्रॅड, सारा आणि मेरी जेन या तिघांनाही एक-एक सुशी मिळाला, तोही हसणारा!

''वुल्फ, थँक्स अ लॉट! तुझ्या या कृतीतून तू आपला तिसरा घटकच सांगितलास की! असा घटक ज्याने आपल्याला जगद्‌विख्यात आणि उत्साही बनवलं आहे.'' लोनी म्हणाला.

''हो का?'' इति मेरी जेन.

''मागच्या दोन्ही वेळी जेव्हा तू इथे आलीस, तेव्हा बऱ्याच गोष्टी

तू पाहिल्यास. पण मुख्यत्वेकरून त्यातले कोणते प्रसंग तुझ्या मनावर कोरले गेले आहेत, सांग बरं!''

''पहिल्या वेळेसचं सांगायचं तर साधारण विशीची, लाल केसांची तरुणी मला चांगली आठवते आहे. तुमच्या इथल्या प्लॅटफॉर्मवर उभं राहून माशांचा झेल घ्यायचा प्रयत्न करत होती ती. ते गुळगुळीत मासे दोन-तीन वेळा सटकले तिच्या हातातून, पण नंतर मात्र तिला ते व्यवस्थित पकडता आले.''

''हा प्रसंग तुझ्या लक्षात राहण्याचं काही खास कारण?''

''तिचा उत्साह आणि तिला वाटलेलं समाधान. गर्दीतला प्रत्येक जण तिच्या जागी स्वत:ला पाहत असणार, माझ्याचप्रमाणे.''

''आणि ब्रॅडच्या मनात आजच्या दिवसातला नेमका कुठला प्रसंग सर्वाधिक ठसलेला असेल?''

''एखाद्या जबाबदार, मोठ्या माणसासारखं त्यालाही वावरता आलं, ही आठवण त्याच्या मनावर कोरली जाईल. फिश लॉकर बघणं, तुझ्या बरोबरीनं मासे रचणं हे त्याला नेहमी लक्षात राहील.''

''तू जे काही वर्णन करते आहेस ना, त्यालाच आम्ही नाव दिलं आहे 'सौख्याची अनुभूती.' इथे येणाऱ्या प्रत्येकाच्या मनात सुंदर आठवणी, चांगले प्रसंग रेंगाळत राहावेत यासाठी आम्ही पूर्ण प्रयत्न करतो. जेव्हा-जेव्हा अशी सौख्याची अनुभूती घेणारे ग्राहक आम्हाला दिसतात, तेव्हा आमचे श्रम सार्थकी लागले आहेत असं आम्हाला वाटतं. इथे काम करत असताना 'कामासाठी काम' अशी भावना न ठेवता आम्ही मजेत, आनंदाने, समाधान मिळवण्यासाठी काम करतो. मनाच्या या प्रसन्न अवस्थेतच आम्हाला नित्य नवीन उपाय सापडतात – ग्राहकांना खुलवण्यासाठी, त्यांना अनुभूती देण्यासाठी, त्यांच्या मनात सुंदर आठवणी जाग्या ठेवण्यासाठी. आमचे ग्राहक हा आमच्या इथल्या कामाचा अविभाज्य घटक आहेत. म्हणूनच आमच्या कामातून त्यांना वगळून टाकण्याऐवजी त्यांना सोबत घेऊन काम करण्यात – तेही सन्मानाने – आम्हाला अधिक स्वारस्य वाटतं. आमच्या या प्रयत्नांत आम्हाला यश मिळालं की, त्याची परिणती त्यांना 'सौख्याची अनुभूती' होण्यात होते.''

त्याचं बोलणं संपताच मेरी जेनची लेखणी सुरू झाली. त्याच्या बोलण्याचा गोषवारा तिने आपल्या जर्नलमध्ये टिपून ठेवला.

सौख्याची अनुभूती : आपल्या ग्राहकांना ते गुंतवून ठेवतात, मजेमजेने खरेदी करायला प्रोत्साहित करतात. अर्थात, येणाऱ्या प्रत्येकच ग्राहकाला इथल्या वातावरणाचा एक भाग बनायला आवडतं. इथून जाताना प्रत्येकाच्या जवळ असतं सुंदर आठवणींचं एक गाठोडं. अशा आठवणी ज्यांच्या स्मरणानेदेखील त्यांना हसू येतं, अशा स्मृती ज्या इतरांबरोबर देवाण-घेवाण करताना अधिक आनंद देतात. आपल्या कामामध्ये इतरांना सामावून घेणे आणि त्यांचा दिवस सत्कारणी लावणे, त्यांना 'सौख्याची अनुभूती' देणे या वरपांगी तशा लहानशा बाबी आहेत, परंतु त्या संपूर्णतया ग्राहककेंद्रित असल्यामुळे अत्यंत उपयुक्त आहेत. ग्राहकांची मानसिकता त्यामुळे उत्तम प्रकारे जोपासली जाते. 'दुसऱ्याचा दिवस अधिकाधिक चांगला कसा बनवता येईल' या एकाच विचारामध्ये इतकी प्रचंड ऊर्जा आहे की, आजूबाजूला सकारात्मकतेशिवाय काहीच दिसत नाही.

"अहो मॅडम, कुठे हरवलात?"

लोनी, ब्रॅड, सारा सगळेच तिच्याकडे टक लावून पाहत होते.

"सॉरी, सॉरी! मी जरा विचारांत अडकले होते. हा घटक किती महत्त्वाचा आहे, या विचारांत हरवले होते. 'फर्स्ट गॅरंटी फायनान्शियल'मध्ये या घटकाचा यशस्वी वापर करता आला तर किती बरं होईल ना!"

"चला! आता ग्राहक यायची वेळ झाली आहे. मुलांना काहीतरी खाऊ-पिऊ घालू या. त्यांचं खाणं होईपर्यंत आपल्याला पुढची चर्चा करता येईल. काय रे मुलांनो, भूक लागली की नाही?"

"खूप जास्त!"

तन्मयता

रस्त्याच्या पलीकडे असलेल्या एका कॅफेमध्ये ते शिरले. कॉफी, हॉट चॉकलेट आणि स्विस रोलची ऑर्डर दिली. तिकडे मार्केटमध्ये झपाट्याने गर्दी वाढत चालली होती. तिथले विक्रेते ग्राहकांशी कसे वागत आहेत, याकडे लोनीनं तिचं लक्ष वेधलं. प्रत्येकाच्या हालचाली

नीट बघ म्हणजे पुढचा घटक काय आहे, हे तुझं तुलाच लक्षात येईल, असं त्याने बजावल्यामुळे ती अधिक सतर्क झाली. ती सावरून बसली आणि आळीपाळीने एकेका विक्रेत्याचं निरीक्षण करू लागली. आपलं काम करत असतानाची त्यांची तन्मयता वाखाणण्यासारखी होती. शिवाय, काम करण्यात एक ऐट होती; पण मिजास नव्हती. खेळकरपणा होता; पण व्रात्यपणा नव्हता. जे विक्रेते ग्राहकांशी प्रत्यक्ष व्यवहार करत होते, त्यांच्या डोळ्यांत मिश्कील भाव होते. सौख्याचे क्षण निर्माण करण्याची, आनंद वाटण्याची उमेद होती.

तिला काल रात्रीचा प्रसंग आठवला. किती वैतागली होती ती! पेंगुळलेली दोन्ही मुलं तिच्या बरोबर होती. ती एका दुकानात काही जरुरीच्या वस्तू घ्यायला गेली होती, पण काउंटरवरचे दोन्ही विक्रेते चक्क एकमेकांशी गप्पा मारण्यात गर्क होते. बोलण्याचा विषय काय तर त्यातल्या एकाने आपल्या गाडीमध्ये काय काय बदल केले आहेत. ताटकळत उभ्या असलेल्या तिच्याकडे, 'चल ना लवकर घरी' असा लकडा लावणाऱ्या तिच्या मुलांकडे दोघांचंही लक्षच नव्हतं. तसा प्रसंग या इथे कधीच नाही उद्‌भवणार असा विचार तिच्या मनात आला. आणि त्यामुळेच एक मोठा विरोधाभास तिच्या लक्षात आला. इथले विक्रेते १०० टक्के इथेच उपस्थित आहेत, नाही का? शिवाय, आपल्या कामात त्यांनी स्वतःला झोकून दिलं आहे.

"काया, वाचा, मने अशी ही त्यांची उपस्थिती हाच पुढचा घटक असावा. लोनी, बरोबर आहे का माझं?"

"अगदी बरोबर. मला खात्री होती की, तू हे सहजच ओळखशील." त्याच्या चेहऱ्यावर कौतुकाचे भाव होते. "विषारी ऊर्जेचा कचरा डेपो, सावध राहा! तुझा निचरा व्हायची वेळ आली आहे."

मग लोनी पुढे म्हणाला, "मी एक दिवस एका दुकानात चिकन, अंडी वगैरे घ्यायला गेलो होतो. तिथे छोटीशी रांग तयार झाली होती. कारण काय, तर काउंटरवरची मंडळी आम्हाला वेळ देण्याऐवजी आपापसांत गर्क होती. ते सगळे खूप उमदे वाटत होते, पण आमच्याबरोबर आनंद वाटण्याऐवजी एकमेकांत रमायलाच त्यांना आवडत होतं. त्या दिवशी त्यांच्या आनंदात त्यांनी मलाही सहभागी करून घेतलं असतं, माझ्या अस्तित्वाची दखल घेतली असती तर? मलासुद्धा किती बरं

वाटलं असतं ना! बाकी सगळे घटक तिथे जाणवत होते, पण ग्राहकाप्रती तन्मयतेचा अभाव होता. आत्ममग्न होते ते.''

तिने जर्नल उघडून एकाच शब्दाची नोंद केली – 'तन्मयता.' आता तिला लोनीची किंचितशी अस्वस्थता लक्षात आली.

''मला आता परत जायला हवं. इतका वेळ माझ्या सहकाऱ्यांनी मला सांभाळून घेतलंय, पण त्यांचा अवाजवी गैरफायदा घेणं नक्कीच योग्य नाही, नाही का? पण जायच्या आधी एक छोटीशी सूचना करायला मला आवडेल.'' ''मलाही ऐकायला आवडेल.''

''तू तुझ्या ऑफिसमधलं काम कसं करावंस याचा सल्ला मी तुला देणार नाहीये. पण मला असं वाटतं की, इथली फिश फिलॉसॉफी त्यांना सांगून, त्यांच्यावर ती लादून फारसं काही साधणार नाही. तुझ्या कर्मचाऱ्यांना स्वत:च त्याचा शोध घ्यावा लागणार आहे. तो शोध त्यांनी कसा घ्यावा, याकरता तुलाच वाट शोधायची आहे. ब्रॅडनी मघाशी सुचवलं त्याप्रमाणे जर खरंच त्यांना इथे आणता आलं, तर नक्कीच फायदा होईल, असं मला वाटतं.''

''तू आणि ब्रॅड! मस्त सूत जुळलंय तुमचं. सध्यातरी ऑफिसमध्ये सारंकाही व्यवस्थित करण्याच्या कल्पनेनी मला इतकं झपाटलं आहे की, मी सोयीस्कररीत्या विसरलेच होते की, माझ्या कर्मचाऱ्यांना स्वत:ला अनुभवांना सामोरं जावं लागेल, त्याच्यावर विचार करावा लागेल, मनन-चिंतन करावं लागेल. खरंच लोनी, आजच्या प्रत्येक क्षणाबद्दल मी तुझी आभारी आहे. तू आमच्या तिघांचाही दिवस सत्कारणी लावला आहेस.''

परतीच्या रस्त्यावर ब्रॅड अखंड बोलत होता. अर्थातच, विषय फिश-मार्केट हाच होता. नुकतेच गिरवलेले धडे तिच्या मनात ताजे होते, म्हणूनच ती तन्मयतेने ब्रॅडचं म्हणणं ऐकू लागली. एक मजेदार कल्पना तिच्या मनात डोकावली; परंतु त्या कल्पनेला तिने सोमवारपर्यंत स्थगिती दिली.

तिने मला समजावलं
अन् मग
माझं मलाच ते उमगलं

– अज्ञात

रविवार दुपार

रविवारच्या तिच्या हक्काच्या दोन तासांचा उपयोग करून घेत तिने आपल्या जर्नलमधल्या नोंदी जरा विस्ताराने मांडल्या.

***आपली मनोवृत्ती निवडा** : मला वाटतंय की, सुरुवात नक्कीच चांगली झाली आहे. ऑफिसमधल्या सगळ्यांनी मेन्यू ठरवण्यासाठी हसरा चेहरा आणि वैतागलेला चेहरा किती चपखलपणे दाखवला आहे. मी तर म्हणेन की, प्रगतीच्या वाटेवरचं पहिलं पाऊल आहे हे.*

खरंय, मनोवृत्ती निवडली नाहीतर बाकी सारंकाही व्यर्थ आहे. या महत्त्वाच्या घटकाबाबत सतत विचार करणं, त्याबाबत जागरुक असणं, तो विचार अधिकाधिक सर्वसमावेशक करणं गरजेचं आहे.

***चैतन्यपूर्ण सहभाग** : फिश-मार्केट हे खेळाचं मैदान आहे जणू. फरक इतकाच आहे की, इथे खेळणारी मंडळी प्रौढ वयाची आहेत. मासे विकण्यात त्यांना इतकी धमाल करता येते आहे, हे पाहून माझ्या आशा पल्लवित झाल्या आहेत. माझ्या कंपनीसाठी आशेचा किरण दिसतो आहे.*

***सौख्याची अनुभूती** : ग्राहकांचा सक्रिय सहभाग मिळावा म्हणून त्यांनाही उद्युक्त केलं जातं. कुणालाही वगळायची भावना नाहीये. सगळ्यांना बरोबर घेऊन चालायची इच्छा आहे. त्याउलट लॉस एंजेलिसमधला माझा बॉस. त्याला वाटायचं की, मी एक टेपरेकॉर्डर आहे. त्याने ना मला त्याच्या आठवणीत सहभागी करून घेतलं, ना ऑफिसमधल्या कुठल्या चांगल्या गोष्टीत. असो!*

***तन्मयता** : मासे व्यापाऱ्यांची तन्मयता अगदी वाखाणण्यासारखी आहे. ते ना स्वत:च्या तंद्रीत राहत, ना फोनवर व्यग्र राहत! उलटपक्षी, आलेल्या ग्राहकांकडे मन:पूर्वक लक्ष देतात, त्यांना शक्य त्या गोष्टीत सहभागी करून घेतात.*

मी त्यांची खूप वर्षांनी भेटलेली मैत्रीण असावे, असंच ते माझ्याशी बोलले.

सोमवार सकाळ

ऑफिसमध्ये पोहोचल्यावर तिने तडक तिसऱ्या मजल्याकरता लिफ्ट गाठली. तिच्या पाठोपाठ बिलसुद्धा तिथे येऊन पोहोचला. तिच्या मनात आलं, 'चला, बरं झालं! त्याच्या ऑफिसमध्ये जाण्याची गरज नाही आता.' लिफ्टमध्ये गर्दी असल्यामुळे त्यांना काही बोलता आलं नाही. लिफ्टमधून बाहेर पडता-पडता तिने बिलच्या हातात एक कागदी बॅग दिली. त्यातून एक विशिष्ट दर्प येत होता. "बिल, हसणारा सुशी, खास तुझ्यासाठी!" लिफ्टचं दार बंद होता-होता बिलने मारलेली हाक तिच्या कानावर आली, "मेरी जेन!"

ती तिच्या केबिनमध्ये पोहोचली तोच तिच्या डेस्कवरचा फोन सुरू झाला. "मेरी जेन, भन्नाट भेट दिली आहेस!" बिलचा आवाज तिच्या कानावर आला. त्याच्या स्वरात हसू मिसळलं आहे, याची तिला खात्री वाटली. आपण शनिवारी काय केलं हे तिने बिलच्या कानावर घातलं. "मेरी जेन, तू अगदी योग्य दिशेने चालली आहेस. अशीच सातत्याने पुढे जात राहा. खरं सांगायचं तर 'फर्स्ट गॅरंटी फायनान्शियल' आणि 'फिश-मार्केट' यांचा एकमेकांशी दूरान्वयानेदेखील संबंध नाही. पण तरीही मी असंच म्हणेन की, माझ्या इतक्या व्यग्र आणि विशेष त्रासदायक अशा आजच्या दिवसाला तुझ्या त्या भेटींनी कलाटणी मिळू शकते. मला प्रसन्नता वाटू शकते, तर तुला नक्कीच एखादी अलिबाबाची गुहा सापडली असावी, असं मला वाटतंय."

बिलशी बोलून फोन खाली ठेवल्यावर तिला जाणवलं की, त्या दोघांमध्ये कधी नव्हे तो सुसंवाद निर्माण होऊ लागलाय. तिचं विचारचक्र वेगळ्याच दिशेने धावू लागलं. *'मला वाटतं, ऑफिसमधलं कुणीही त्याची बरोबरी करू शकत नाही. पण गंमत अशी आहे की, त्याला जर कुणी चॅलेंज केलं, तर ते त्याला आवडतंय. हे फक्त मलाच असं वाटतंय का की, मी त्याच्यासमोर अशी ठामपणे उभी राहिली आहे, याचं त्याला कौतुक आहे?'*

फिल्ड ट्रिप

पुढच्या दोन्ही सोमवारी सकाळी ऑफिसला पोहोचल्याबरोबर तिने मीटिंग सुरू केली होती आणि लगेच मुद्द्याला हात घातला होता.

"तुम्ही सगळे जण भरीव योगदान देत आहात. आपापली मनोवृत्ती निवडणं आपल्याच हातात आहे, हे दाखवून देताना वेगवेगळे मार्ग शोधत आहात. मला तुमचा अभिमान आणि कौतुक वाटतंय. 'आपली मनोवृत्ती निवडा' हे जे पोस्टर तुम्ही तयार केलं होतं, ते एकदम मस्त झालं होतं. सगळ्या ऑफिसभर त्याची चर्चा झालीय. आपल्या या विभागाबद्दल बाकीचे सर्व जण सकारात्मक बोलायला लागले आहेत. ते ऐकायला मला इतकं छान वाटतं आहे ना! माझ्या मते, आता आणखी नवीन काही जाणून घ्यायला हरकत नाही. ही जाणीव तुमची तुम्हाला करून घ्यायची आहे, अनुभवायची आहे. म्हणून आपण सगळे जण लंच-ब्रेकमध्ये फिल्ड ट्रिपला जाणार आहोत. पहिला गट बुधवारी, तर दुसरा गट गुरुवारी जाईल. ऑफिसकडूनच 'रेडी टु ईट' पार्सल्स तुम्हाला मिळतील. तुम्ही फक्त ते पार्सल बरोबर घ्यायचं काम करायचं आहे.

आपण कुठे जाणार आहोत, हे जाणून घ्यायची तुम्हाला उत्सुकता असेल ना? कदाचित, तुमच्यापैकी काही जण आधी तिथे गेलेही असतील. आपण सर्व जण पाइक प्लेस फिश-मार्केटला जाणार आहोत. हे एक वेगळंच मार्केट आहे आणि याचं वेगळेपण तिथल्या उत्साही वातावरणामुळे आहे. तिथल्या काही जणांपुढे काही समस्या उभ्या होत्या. साधारणतः आपल्यासारखीच परिस्थिती त्यांच्यासमोर होती. त्यांनी अनुकूल असे पर्याय शोधून काढले आहेत. त्यांच्या यशाचं हे गुपित जाणून घेऊन ते आपल्या समस्यांच्या बाबतीत कसं लागू करता येईल, हे आपल्याला ठरवायचं आहे."

तिचं बोलणं संपल्याबरोबर अनेकांच्या कुरबुरी तिच्या कानांवर येऊ लागल्या. 'माझी डेंटिस्टची अपॉइंटमेंट आहे,' 'मी लंचला बाहेर जायचं ठरवलंय' अशीच सगळी फुटकळ कारणं होती. "प्रत्येकाने फिल्ड ट्रिपला हजर असलंच पाहिजे. ही ट्रिप अतिशय महत्त्वाची आहे. त्यासाठी तुम्हाला तुमचे इतर कार्यक्रम बदलावेच लागतील," ती म्हणाली. स्वतःच्या आवाजातली जरब ऐकून तिलाही नवल वाटलं.

तिच्या आवाजाचा योग्य तो परिणाम झाला. बुधवारी पहिला गट मार्केटकडे निघाला. योगी बेराचं तिला आवडणारं वाक्य – 'निरीक्षणामुळे अनेक गोष्टी तुमच्या निदर्शनास येतात' – तिने उच्चारल्यावर तर अनेकांच्या चेहऱ्यावर हसू उमटलं.

'चला, सुरुवात तर चांगली झाली आहे,' तिने विचार केला. तिने सर्वांना सांगितलं की, 'तुम्हाला जे दिसणार आहे, ते नीट जाणीवपूर्वक बघा आणि आपले योगर्टचे कप हाताशीच ठेवा.'

सगळ्यांना घेऊन ती फिश-मार्केटला पोहोचली, तेव्हा तिथे बरीच गर्दी झाली होती. तिथे आल्यावर ते सगळे ठिकठिकाणी पांगले. त्यामुळे सगळ्यांच्या क्रिया-प्रतिक्रिया बघणं, तिला शक्यच नव्हतं. पण तरीही त्यातून जी काही थोडीफार मंडळी दिसत होती, त्यांना मजा वाटते आहे, हे तिला जाणवलं. जॉन आणि स्टीव्ह एका व्यापाऱ्याशी गप्पा मारण्यात दंग झाले आहेत, हेही तिने बघितलं. उत्सुकतेने ती पुढे सरकली. "तुम्ही मनानीसुद्धा उपस्थित असता ना, तेव्हा तुम्ही समोरच्या व्यक्तीच्या थेट डोळ्यांत बघता, जसं तुम्ही तुमच्या खास दोस्ताच्या डोळ्यांत डोकावाल ना, तसंच. मग तुमच्या आजूबाजूला काय चालू आहे, याकडे तुमचं जराही लक्ष वेधलं जात नाही." लाल केसांचा तो व्यापारी जॉनला समजावून सांगत होता.

जॉन आणि स्टीव्हच्या चेहऱ्यावरची तन्मयता पाहून मेरी जेनला खूप बरं वाटलं. आपली योजना लागू पडते आहे, याचं समाधान तिला वाटलं.

गुरुवारी दुसरा गट फिश-मार्केटमध्ये पोहोचला. पहिल्या गटाने त्यांचे अनुभव सांगितले असावेत त्यांना. या दुसऱ्या गटाने जवळपास एकही प्रश्न विचारला नाही. सगळे जण अगदी कोऱ्या चेहऱ्याने, नीरसपणे वावरत होते. पण अचानक एका विक्रेत्याने त्या गटातल्या स्टेफनीला काउंटरमागे जाऊन मासा झेलायला बोलावलं. स्टेफनी कंपनीची बऱ्याच वर्षांपासूनची कर्मचारी होती. ऑफिसमध्येही ती फारशी खुलत नसे. तिचा स्वभाव संकोची होता. तरीही तिनं मासा झेलायची तयारी दाखवली. तिचे पहिले दोन प्रयत्न वाया गेले. मासे सुळकन तिच्या हातातून निसटले. इतर ग्राहकांना तर मजा वाटलीच, पण तिच्या बरोबरच्या कर्मचाऱ्यांना बहुधा तिच्या फजितीचा जास्त आनंद

वाटला असावा. पण तिसऱ्या प्रयत्नात मात्र तिने अचूक झेल साधला. सगळ्यांनीच तिच्या या कौशल्याला उत्स्फूर्तपणे दाद दिली. टाळ्या, शिट्ट्या, शाबासकीचा वर्षाव झाला. त्या मासे विक्रत्याने तिला सौख्याची अनुभूती दिल्यामुळे तिचा दिवस उजळला.

स्टेफनीच्या या सहभागामुळे इतर जण आपोआपच मोकळे झाले. 'फर्स्ट गॅरंटी फायनान्शियल'चा हा गट केवळ योगर्टचे कप उंचावून दाद देण्यापुरता थांबला नाही, तर त्यांनी मासे झेलण्यामध्ये हिरीरीने भाग घेतला.

शुक्रवार दुपारच्या मीटिंग्ज

शुक्रवार उजाडला तसं मेरी जेनने दोन्ही गटांची स्वतंत्रपणे भेट घेतली. दोन्ही वेळी तिने एकच प्रश्न विचारला – 'पाइक प्लेस फिश-मार्केटमध्ये होतं तसं रसरशीत, उत्साही वातावरण असेल, तर काम करायला मजा येईल ना?' अनेकांच्या माना होकारार्थी हलल्या. पुष्कळ जणांना फिश-मार्केटमधले अनुभव आठवले आणि त्यांच्या चेहऱ्यावर हसू उमटलं. अर्थात, स्टेफनीचं हसू सगळ्यांत देखणं होतं, हे सांगणे न लगे आणि मग सगळे वास्तवाच्या जगात परतले.

चेहऱ्यावरचं हसू जाऊन विरोधाचे सूर उमटले.

"आम्ही मासे नाही ना विकत इथे!" मार्क म्हणाला.

"काय फेकायचं आणि काय झेलायचं इथे या ऑफिसमध्ये?" त्यापाठोपाठ बेथ म्हणाली.

"शिवाय, हे फेकणे-झेलणे प्रकार पुरुषांसाठी योग्य आहेत. आम्हाला काय जमणार आहे ते!" ॲनचा वैताग जाणवला.

"इथलं काम कसलं रटाळ आहे!" अजून एक नाराज स्वर उमटला.

एक अति शहाणा म्हणाला, "पर्चेस ऑर्डर फेकत जाऊ या एकमेकांकडे!"

"तुम्ही म्हणता आहात, ते अगदी बरोबर आहे. आपलं ऑफिस आणि फिश-मार्केट यांमध्ये कोणतंच साम्य नाही – ना वातावरणात, ना कामाच्या स्वरूपात. माझा प्रश्न असा आहे की, जगद्विख्यात पाइक प्लेस फिश-मार्केटमध्ये ज्या प्रकारचा उत्साह, ऊर्जा आणि

प्रसन्नता जाणवते, तशी ऊर्जा आणि प्रसन्नता असलेल्या ठिकाणी काम करायला तुम्हाला आवडेल का? अशी जागा, जिथे सतत तुम्हाला आनंदाची जाणीव होत राहील, आपल्याला काय करायचं आहे आणि का करायचं आहे, याच्याबद्दल जिथे सकारात्मक दृष्टिकोन अनुभवता येईल. सोमवार कधी उजाडतो आणि आपण ऑफिसमध्ये कधी पोहोचतो, अशी वाट बघावीशी वाटेल. गेल्या काही दिवसांत तुम्ही तुमच्या कृतीमधून दर्शवलं आहे की, आपली मनोवृत्ती आपणच ठरवताना किती विविध अंगांनी तुम्ही विचार केला आहे. तुम्हाला याच मार्गानी थोडं पुढे जायला आवडेल का?''

स्टेफनी म्हणाली, ''आपल्या ऑफिसमधले सगळेच लोक छान आहेत. मला इथे त्यांच्याबरोबर छान वाटतं. पण इथे काम करायला येणं अगदी नको वाटतं. असं वाटतं की, आपण एखाद्या प्रेतागारात तर आलो नाही ना! इथे प्रचंड थंडपणा जाणवतो. ना भावनेचा ओलावा, ना समाधानाची ऊब. छे! मी तर कंटाळलेच आहे आणि खरं सांगायचं, तर मी सध्या दुसरीकडे नोकरी मिळवायच्या प्रयत्नात आहे. इथल्या वातावरणात जर काही जिवंतपणा आणू शकलो, तर इथेच नोकरी करायला माझी ना नाही. पण आशेचा एखादा तरी किरण दिसायला हवा ना!''

''स्टेफनी, तू इतक्या स्पष्टपणे तुझं खरं मत मांडलंस, म्हणून मला तर तुझं कौतुक वाटतं आहे.''

आता स्टीव्हची भीडदेखील चेपली होती. तो म्हणाला, ''अगदी माझ्या मनातलं बोललीस. लागेल ती मदत करायला मी तयार आहे.''

रँडीने आपला हात वर करून मेरी जेनचं लक्ष वेधून घेतलं.

''हा रँडी, काय म्हणणं आहे तुझं?''

''त्या दिवशी तू स्वत:च्या वैयक्तिक अडचणींबद्दल बोललीस. अगं, आजवर आमच्या कुठल्याच बॉसनी आमच्याशी इतक्या आपलेपणानी चर्चा केली नव्हती, मोकळेपणानी काही सांगितलं नव्हतं. तुझ्या बोलण्यानी माझ्या विचारांना चालना मिळाली. मला स्वत:ला एक मुलगा आहे. मी एकटाच वाढवतो आहे त्याला. त्यामुळे मला नोकरीची नितांत आवश्यकता आहे. पगाराच्या व्यतिरिक्त मिळणारे इतर फायदेदेखील आहेतच, नाही का? उगाच सनसनाटी विधान करायचं म्हणून नाही सांगत, पण एक

मात्र कबूल करायलाच हवं की, मी माझा सगळा वैताग, त्रागा दुसऱ्या डिपार्टमेंटच्या लोकांवर काढतो. मला असं वाटतं की, त्यांच्या डिपार्टमेंटमध्ये सगळं कसं छान-छान आहे. मग मी का बरं इथे असा खितपत पडलो आहे? पण तुझ्या समजावण्यामुळे माझ्या लक्षात आलं आहे की, आपलं डिपार्टमेंटही इतर डिपार्टमेंट्ससारखंच आहे; परंतु आम्ही आमच्या संकुचित वृत्तीमुळे, कोत्या दृष्टिकोनामुळे आणि नीरस वागण्यामुळे या जागेला उदास, रटाळ, वैतागवाडीमध्ये बदलवलं आहे. आम्ही हे जाणीवपूर्वक केलं आहे. मग आम्ही जाणीवपूर्वक हे सगळं बदलू शकणार नाही का? आनंद, उत्साह, आपुलकी आणू शकणार नाही का? आम्ही हा बदल नक्की घडवून आणू. या विचाराच्या जाणिवेनेसुद्धा मला इतकं प्रसन्न वाटतंय की काय सांगू! शिवाय, अशीही खात्री वाटते की, इथे काम करताना जर सकारात्मक दृष्टी स्वीकारली आणि अंगीकारली, तर घरीदारी सगळीकडेच जगताना माझ्या आयुष्याची खुमारी वाढेल.''

''रँडी, तुझे मनापासून आभार! किती छान, स्वच्छ आणि नेटकं मांडलंस रे! आणि हे माझं एकटीचं म्हणणं नाहीये बरं का! जरा आजूबाजूला नजर टाक, तुझ्या लक्षात येईल की, सगळ्यांचंच तुला अनुमोदन आहे. कारण तू जे बोललास ते फार-फार महत्त्वाचं आहे. आमच्या सगळ्यांच्याच काळजाला हात घातला आहेस तू. आज तू फार महत्त्वाचं योगदान दिलं आहेस. आणि तुला मनापासून सांगते रँडी, आपण ठाम निश्चय केला ना, तर या जागेचा कायापालट करू शकतो बघ. सहकार आणि सहकार्य यांची ताकद मोठी अफाट असते. चला तर, आज या घडीला निश्चय करू या की, आपल्याला यावंसं वाटेल, काम करावंसं वाटेल अशी स्फूर्ती या ऑफिसमध्ये आणायचीच!

येत्या सोमवारपासून आपण त्या दृष्टीने काम सुरू करू. फिश फिलॉसॉफीची सुधारित आवृत्ती या तिसऱ्या मजल्यावर राबवू. तुम्ही सगळेच फिश-मार्केटमध्ये जाऊन आला आहात. तुमचे तिथले अनुभव शब्दबद्ध करा. सोमवारपर्यंतचा वेळ तुमच्याकडे आहेच. शिवाय, त्याबद्दल तुमच्या मनात काही शंका असतील, कल्पना असतील, तर त्यादेखील मांडा. म्हणजे मग आपल्या पुढच्या मीटिंगच्या वेळी आपल्याकडे पुरेशी माहिती उपलब्ध असेल. त्यावरून आपल्या कामाची दिशा

ठरवणं आपल्याला सोपं जाईल. मला खात्री आहे की, मार्केटमध्ये तुम्ही जे काही अनुभवलंत त्यामुळे तुमच्या विचारांना चालना मिळेल.''

मघाचा तो अति शहाणा बोलता झाला, ''चला, पर्चेस ऑर्डर नाहीतर नाही, पण निदान पंचिंग मशीनमध्ये जमा झालेले कागदाचे छोटे-छोटे गोल तरी उडवू या एकमेकांवर!''

त्याच्या या नर्म विनोदाने वातावरण एकदम हलकं-फुलकं झालं. सगळ्यांच्या हसण्याने कॉन्फरन्स रूम भरून गेली. 'सगळ्यांना हसताना बघायला किती छान वाटतंय!' मेरी जेनच्या मनात आलं.

मेरी जेननं स्वत:देखील त्या मार्केटच्या काम करण्याच्या पद्धतीचा अभ्यास केला होता, नोट्स काढल्या होत्या. एक रूपरेषा तयार करून त्याच्या कॉपीज तिने सगळ्यांना वाटल्या. त्यावरची आपली मनोभूमिका स्पष्ट केली. सगळे जण बाहेर पडण्याअगोदर तिने पुन्हा एकदा त्यांना आठवण केली की, मार्केटबद्दलचे त्यांचे अनुभव, प्रश्न, विचार त्यांना लिहून आणायचे आहेत.

मीटिंग संपल्यावर मेरी जेन आपल्या केबिनमध्ये परतली. तिला प्रचंड मानसिक थकवा आला होता. पण तरीही आशेचा किरणदेखील जाणवला होता. 'मी त्यांच्या बुद्धीसाठी खाद्य दिलं आहे म्हणा, पण ते विचार करायला प्रवृत्त होतील की नाही, देव जाणे!'

आपल्या या कर्मचाऱ्यांपैकी अर्ध्याहून अधिक जण शनिवार-रविवार या ना त्या कारणाने फिश-मार्केटमध्ये जाऊन धडकणार आहेत हे तिला कळलं असतं, तर तिला आश्चर्याचा सुखद धक्का बसला असता. शिवाय, त्यातले बहुतांशी आपल्या घरच्यांना, मित्र-मैत्रिणींना बरोबर घेऊन गेले आहेत, हे पाहून तर तिचं आश्चर्य द्विगुणित झालं असतं.

मेरी जेनची रूपरेषा

आपली मनोवृत्ती निवडा : फिश-मार्केटमधील व्यापारी स्वत:ची मनोवृत्ती जाणीवपूर्वक निवडतात, प्रत्येक दिवशी. माझ्याशी बोलताना त्यांतल्या एकाने म्हटलं होतं की, 'तुम्ही जेव्हा एखादं काम करता, तेव्हा तुम्ही ते नक्की कोणत्या भूमिकेतून करता? तुम्ही कंटाळल्यामुळे ते घाई-घाईने उरकून टाकायला बघता की, आपण जगद्विख्यात आहोत या भूमिकेतून? कारण, या दोन्ही भूमिकांतून काम करताना तुमच्या करण्यामध्ये जमीन-अस्मानाचा फरक पडतो.' आपण आपलं काम कुठल्या भूमिकेतून करणार आहोत?

चैतन्यपूर्ण सहभाग : फिश-मार्केटमधले लोक काम करत असताना धमाल करतात. त्यातून त्यांना अधिकाधिक उत्साह मिळतो. आपल्याला या इथे अधिकाधिक उत्साही वातावरण-निर्मिती करायची असेल, तर ती कशाप्रकारे करता येईल?

सौख्याची अनुभूती : फिश-मार्केटमधले लोक स्वत: तर धमाल करतातच, परंतु आलेल्या ग्राहकांनादेखील ते आपल्यात सामील करून घेतात. तेसुद्धा अशा रीतीने की, त्यामुळे सगळ्यांनाच मजा येते, सगळ्यांचा उत्साह वाढतो आणि सगळ्या वातावरणाला हा उत्साह भारून टाकतो. शिवाय, ग्राहकदेखील पुन्हा-पुन्हा हा अनुभव मिळवण्याकरता उत्सुक असतात. आपल्याला हे शोधायचं आहे की, आपले ग्राहक कोण आहेत? कोणत्या प्रकारे त्यांना रिझवता येईल? त्यांचा सक्रिय सहभाग कसा मिळवता येईल? आपल्याला जाणवणारी सौख्याची अनुभूती त्यांनाही कशी देता येईल?

तन्मयता : फिश-मार्केटमध्ये प्रत्येक व्यापारी काया-वाचा-मने उपस्थित असतो, फक्त स्वत:करता नाही, तर आपल्या ग्राहकांकरतासुद्धा. आपण यातून कसा आणि कोणता धडा घेऊ शकू?

तुमच्या विचारांचं शब्दरूप सोमवारी आवर्जून घेऊन या.

एमजेआर

फिश-मार्केटमधील तो शनिवार-रविवार

"शिक्षिकेनी प्रोजेक्ट करायला दिलेलं दिसतंय!"

स्टेफनीने मान वर करून आवाजाच्या दिशेनं पाहिलं. हवेतून मार्गक्रमण करणारा मासा आणि लोनीचा हसरा चेहरा एकाच वेळी तिच्या दृष्टीस पडले.

"हॅलो! आपण असं म्हणू या की, माझ्या बॉसनी थोडासा गृहपाठ दिला आहे."

"बॉस म्हणजे मेरी जेन तर नाही ना?"

"अरेच्चा! तुला कसं कळलं रे?" तिच्या स्वरातलं आश्चर्य लपत नव्हतं.

"तीन-तीन ट्युना, झालं सगळे गोळा आणि निघाले पॅरिसला!" फ्रेंच भाषेचा स्पर्श जाणवणारं काव्य कानावर पडलं आणि सटासट भिरकावलेलं ट्युनाचं त्रिकुट नजरेला पडलं. तसं बघायला गेलं, तर या काव्यपंक्तींच्या नादात तिचा छोटासा प्रश्न हरवलाच होता, पण लोनीच्या कानांनी तो अचूक टिपला.

'ऐकलंय ते खरंच आहे की! या सगळ्यांच्या तन्मयतेची कमाल आहे. त्याशिवाय या गदारोळात काही ऐकू येणं केवळ अशक्य आहे.' स्टेफनीच्या मनात आलं.

"मागच्या आठवड्यात मेरी जेनच्या ग्रुपबरोबर तू इथे आली होतीस, तेव्हा मी तुला बघितलं होतं. तू विशेष लक्षात राहिलीस. कारण ऑफिसमधल्या लोकांपैकी तू पहिली आहेस, जी मासा अचूक झेलू शकली."

"हो का?"

"हो ना! बरं मला सांग, तुला काही मदत हवी आहे का? तू जरा गोंधळल्यासारखी वाटते आहेस."

तिने आपल्या नोट्सवर एक नजर टाकली आणि जरा चाचरतच सुरुवात केली. "काही गोष्टी मला बऱ्यापैकी समजल्या आहेत, असं म्हणायला हरकत नाही. मुख्य म्हणजे 'तन्मयता' जी आता तू माझ्याप्रती दाखवतो आहेस आणि ज्यामुळे मी परवा तो मासा झेलू शकले – तिसऱ्या प्रयत्नात का होईना! तुम्ही सगळ्यांनी माझा तो क्षण इतका अनोखा बनवला आहे ना, मी तर कधीच विसरणार नाही. त्यातूनच

माझ्या लक्षात आला आहे दुसरा मुद्दा – 'सौख्याची अनुभूती.' शिवाय, हे सारं किती मजेत हसत-खेळत झालं. कुठूनही ओढून-ताणून हसू आणावं लागलं नाही. शिवाय, हसत-खेळत मजेत जगणं हा माझा स्वत:चा पिंड असल्यामुळे की काय 'चैतन्यपूर्ण सहभाग' हा घटक उत्तम प्रकारे समजायला कुठलीच अडचण आली नाही. राहता राहिला शेवटचा घटक – 'आपली मनोवृत्ती निवडा.' इथे मात्र जरा डोकं चालत नाहीये, असं वाटतं. मुळात माझं असं म्हणणं आहे की, आपल्याला जे काही बरे-वाईट अनुभव येतात त्याच्यावरच तर आपली मनोवृत्ती अवलंबून असते, नाही का?"

"आपण असं करू, वुल्फला भेटू. तो तुला या बाबतीत अगदी अचूक मार्गदर्शन करेल. तुला नवल वाटेल, पण वुल्फ कार-रेस ड्रायव्हर होता. त्याची कारकिर्द बहरात येऊ लागली होती, परंतु एक दुर्दैवी अपघात झाला आणि सगळं चित्रच पालटलं. पण ते सगळं तुला वुल्फ अधिक चांगल्या प्रकारे सांगेल बघ. आपल्याला वुल्फला भेटायला मागच्या कोल्ड स्टोअरेजमध्ये जावं लागेल. तुला फार थंडी तर नाही ना वाजणार?"

"आम्ही येऊ का बरोबर?"

हा आवाज तर ओळखीचा वाटतोय असं जाणवल्यामुळे स्टेफनीने वळून पाहिलं, तर तिच्या डावीकडे स्टीव्ह आणि रँडी उभे असलेले तिला दिसले. त्यांच्याबरोबर रँडीचा गोंडस मुलगादेखील होता. स्टेफनीने त्यांची लोनीबरोबर ओळख करून दिली आणि मग सगळेच कोल्ड स्टोअरेजकडे गेले. तिथे ते वुल्फला भेटले आणि त्याच्याच तोंडून त्याची कहाणी ऐकली. ॲक्सिडेंटमधून मनाने बाहेर पडताना आपण किती जाणीवपूर्वक मनोवृत्तीवर विचार करत राहिलो, सजगपणे तिची निवड करत राहिलो, हे त्याने सांगितलं. त्याच्या शब्दांतला प्रामाणिकपणा स्टेफनी, रँडी आणि स्टीव्हच्या काळजाला भिडल्यावाचून राहिला नाही. सोमवारच्या मीटिंगदरम्यान आपला हा आजचा अनुभव सगळ्यांना आवर्जून सांगायला पाहिजे, असं त्या तिघांनाही मनोमन वाटलं.

स्टीव्हला थोडी घाई असल्यामुळे त्याने सगळ्यांचा निरोप घेतला. स्टेफनी, रँडी आणि त्याचा मुलगा मात्र पलीकडच्या कॉफी शॉपमध्ये पोहोचले. रँडीच्या मुलाला झकासपैकी चॉकलेट आइस्क्रीम मिळालं.

मोठ्यांनी मात्र कॉफीच पिणं पसंत केलं.

कॉफी पिता-पिता स्टेफनीनी बोलायला सुरुवात केली. "रँडी, मला वाटतंय की, कुठेही नोकरी केली तरी थोड्याफार फरकांनी परिस्थिती सारखीच असणार आहे. त्यापेक्षा आपला 'विषारी ऊर्जेचा कचरा डेपो' स्वच्छ केला, तर काय हरकत आहे? नाहीतर प्रत्येक वेळी 'पुनश्च हरी ॐ' करत बसावं लागेल. बरं, प्रत्येक ठिकाणी मेरी जेनसारखी समजुतदार बॉस मिळेल याची तरी काय खात्री? माझ्या मनात तिच्याप्रती नितांत आदर आहे. स्वत:च्या आयुष्यातील अडचणींना तिने खूप उत्तमप्रकारे तोंड दिलं आहे, नाही का? माझ्या तर असं कानावर आलं की, ती बिल वॉल्शच्या तोडीस तोड आहे म्हणून. आजवर कुणीसुद्धा त्याच्यासमोर टिकलेलं नाहीये. रँडी, मानलं पाहिजे तिला, नाही का?"

"स्टेफनी, अगदी माझ्या मनातलं बोललीस बघ! कसलाही पाठिंबा नसताना या मासे व्यापाऱ्यांची इथल्या जागेचा कायापालट केला आहे. आपल्याला तर मेरी जेनसारख्या बॉसचा पाठिंबा लाभला आहे. आपण ठरवू ते करू शकतो, अगदी आकाश-पाताळ एक करू शकतो. आपल्याला कोण अडवणार आहे सांग! अर्थात, हे सगळं काही चुटकीसरशी घडणार नाहीये. कारण आपल्यापैकी खूप जण अजून त्यांच्या कोशातून बाहेर पडलेले नाहीत. थोड्या दिवसांपूर्वी माझी अवस्थादेखील तशीच होती, नाही का? पण त्याचं मुख्य कारण म्हणजे मनातली भीती. ती गेली की आपसूकच सगळ्यांना सहभागी व्हावंसं वाटेल. शिवाय, आपल्या सकारात्मक दृष्टिकोनामुळे बाकीच्यांनादेखील फरक जाणवेलच, नाही का? मी एवढंच म्हणीन की आपण जर ठरवलं की सारंकाही उत्तमप्रकारे करायचं आहे, तर सारं उत्तमप्रकारेच पार पडेल. नाहीतर हे जसं चालू आहे, तसंच पुढे-पुढे जात राहील आणि एक दिवस बंद पडेल. माझी तीव्र इच्छा आहे की, सगळं काही सुयोग्य आणि उत्तम प्रकारे पार पडावं. माझी मानसिकता पार बदलली आहे आणि तीसुद्धा चक्क चांगल्यासाठी."

स्टेफनी आपल्या गाडीकडे निघाली, तेव्हा तिला बेटी आणि तिचा नवरा फिश-मार्केटच्या दिशेने जाताना दिसले. त्यांना बाय करून ती गाडीत बसणार तोच तिच्या नजरेनी ऑफिसमधल्या अजून तीन-चार जणांना टिपलं.

योजना आकाराला येता...

सोमवारी सकाळी मीटिंगकरता पहिला गट जमा झाला. आजच्या मीटिंगचं वातावरण नेहमीपेक्षा खूप वेगळं जाणवत होतं. एरवी वैतागलेले स्वर आज चक्क उत्साहात होते. एकमेकांशी बोलताना प्रसन्नतेचा शिडकावा होत होता.

शिरस्त्याप्रमाणे त्यांच्या बॉसने – मेरी जेनने – मीटिंगला सुरुवात केली.

''आपण सारे इथे जमलो आहोत एकाच विचारानी – 'विषारी ऊर्जेचा कचरा डेपो' संपवण्यासाठी. आपल्याला फिश-मार्केटकडून अजून काय-काय नवीन शिकायला मिळालं आहे, त्याचा आधी आढावा घेऊ या आणि मग आपली स्वत:ची कार्यपद्धती ठरवू या. आपलं ठरलं होतं त्यानुसार तुम्ही सर्व जण काही ना काही विचार करून इथे आला असाल, याची मला खात्री आहे. पुढे जाण्याआधी तुमच्या सगळ्यांचे विचार जाणून घ्यायला मला आवडेल.''

स्टेफनी आणि रँडी एकाच वेळी उठून उभे राहिले. दोघांनीही आलटून-पालटून फिश-मार्केटची भेट आणि वुल्फचे अनुभव सगळ्यांना सांगितले.

स्टेफनी म्हणाली, ''तसं पाहायला गेलं, तर सुरुवातीला वुल्फची भीती वाटते. त्याच्या नावाप्रमाणेच तो लबाड असावा, असं वाटतं. त्यात त्याच्या खर्जातल्या आवाजाची भर पडते. पण त्याची एकदा कानाला सवय झाली की, मग त्या आवाजाचा त्रास होईनासा होतो.

ते असो! सुरुवातीला तो व्यावसायिक रेस-ड्रायव्हर होता. त्याचं करिअर भरात यायला सुरुवात झाली होती. पण त्याला एक अपघात झाला आणि त्याचं करिअर कुठल्याकुठे विखुरलं गेलं. त्यानंतरचा बराच काळ त्यानं निव्वळ कुरकुरण्यात, दैवाला दोष देण्यात, स्वत:ची कीव करण्यात घालवला. त्याची मैत्रीण त्याला सोडून गेली. इतर मित्र-मैत्रिणी त्याला टाळू लागले. काहींनी त्याच्याशी संबंधच ठेवला नाही. त्याला जाणवलं की, त्यानं कण्हत-कण्हत जगायचं की गाणं म्हणत, हे केवळ त्याच्याच हातात होतं. जे आहे त्याच्यात आंतरिक समाधान मानायचं की, गेलेल्या क्षणांसाठी सातत्यानं हळहळत बसायचं, हे फक्त तोच ठरवू शकणार होता. मग सगळ्यात आधी त्याने स्वत:च्या

विचारांची दिशा बदलली. स्वत:शी एक ठाम निश्चय केला आणि त्यानंतर मात्र भूतकाळाचा, गेलेल्या संधींचा, सुटलेल्या क्षणांचा विचारदेखील केला नाही. या नव्या वाटेवर त्याची जी काय घोडदौड सुरू आहे, ती कुणालाही सहज दिसू शकते.''

आता रँडीची पाळी होती.

''माझं तर सोडाच, पण माझ्या मुलालादेखील वुल्फ खूप आवडला. वुल्फच्या बोलण्यातून मी स्वत: विचार करायला उद्युक्त झालो. आपला हा तिसरा मजला, इथे निर्माण झालेली परिस्थिती, आपल्या प्रत्येकाच्या ठायी असलेली ऊर्जा, तिच्या सकारात्मक आणि नकारात्मक बाजू... हं! मग विचारांती मला प्रांजळपणे जाणवलं की, वुल्फची जीवनाकडे बघण्याची दृष्टी आपण आत्मसात केली, तर या आपल्या तिसऱ्या मजल्याला आपण सगळे मिळून चैतन्याचा परिसस्पर्श देऊ शकतो. गरज आहे, ती फक्त आपली मनोवृत्ती ठरवण्याची आणि तीदेखील प्रत्यही.''

स्टीव्हनेसुद्धा त्याचे फिश-मार्केटमधले अनुभव सांगितले, निरीक्षणं मांडली. त्या तिघांचे अनुभव ऐकल्यावर मेरी जेनने सूत्र आपल्या हातांत घेतली. त्या तिघांचे आभार मानले. शिवाय कोपरखळीही दिली की, 'शनिवारी बरंच काम केलेलं दिसतंय तुम्ही तिघांनी आणि मुख्य म्हणजे त्याकरता ओव्हरटाइमसुद्धा मागितला नाहीत!' हे ऐकल्यावर सगळ्यांनाच हसू आलं.

'बरं, आता इतरांचे विचार आपण ऐकू या!' अशी पुस्तीही तिने जोडली.

त्यानंतर जवळ-जवळ तासभर तरी प्रत्येक जण आपापले विचार व्यक्त करत होतं, अर्थातच फिश फिलॉसॉफीच्या चार घटकांच्या संदर्भात. त्यानंतर पुन्हा एकदा मेरी जेननी सूत्रं हातात घेतली आणि म्हणाली, ''आता इथून पुढे आपण कशी सुरुवात करायला हवी असं तुम्हाला वाटतं?''

या वेळी नव्यानेच रुजू झालेली एक जण म्हणाली, ''आपण जर या चार घटकांकरता चार टीम तयार केल्या तर?''

सगळ्यांनाच ही कल्पना रुचली.

''ठीक आहे!'' मेरी जेनने सहमती दर्शवली. ''आपल्या दुसऱ्या गटाला हे सगळं मान्य आहे, याची मी एकदा खात्री करून घेते. आत्ता

तुम्ही इथे जेवढे जण उपस्थित आहात, तेवढ्यांनी आपापली टीम ठरवून ठेवा. मग पुढचा गट आल्यावर त्यांना हे सगळं जर मान्य असेल, तर मी एकत्र मसुदा करून तुमच्या हवाली करीन. बरं, या व्यतिरिक्त कुणाला काही सांगायचं-विचारायचं आहे का?''

यावर सगळ्यांनीच नकार दिला. मेरी जेनने त्यांना चार कागद दिले व त्यावर टीमचे नाव आणि त्यामध्ये सहभागी होऊ इच्छिणाऱ्यांची नावं लिहून घेतली. ते सगळे बाहेर पडले आणि उरलेल्यांनी आत प्रवेश केला. पुन्हा एकवार साऱ्या गोष्टींची उजळणी झाली. त्यांनादेखील चार टीम्सची कल्पना आवडली आणि त्यांनी आधीच्याच चार कागदांवर आपापल्या आवडीनुसार नावं नोंदवली.

आपण सगळे मिळून काहीतरी ठोस कृती करणार आहोत, याचं समाधान आताच सगळ्यांच्या चेहऱ्यावर दिसून आलं.

झटून कामाला लागू

त्यातल्या एका टीममध्ये – 'चैतन्यपूर्ण सहभागा'त – सहभागी होणाऱ्यांची संख्या तुलनेने जास्त भरत होती, म्हणून मेरी जेनने एक युक्ती केली. 'चैतन्यपूर्ण सहभागा'तून 'तन्मयता' किंवा 'सौख्याची अनुभूती' या टीममध्ये आपणहून जाणाऱ्या तिघांसाठी माझ्याकडे एक खास भेट आहे. ती म्हणजे पाइक प्लेस मार्केटचा टी-शर्ट,' असं तिनं जाहीर केलं.

मग काय, एका झटक्यात सगळ्या टीम्सची संख्या बऱ्यापैकी समतोल झाली.

टीम मार्गदर्शिका

- सुरुवातीला सहा आठवड्यांचा कालावधी निश्चित केला आहे. या काळात प्रत्येक टीमने आपला विषय लक्षपूर्वक अभ्यासून त्याच्याशी निगडित आवश्यक ती माहिती गोळा करावी व त्यावर आधारित प्रेझेंटेशन सादर करावं.
- प्रत्येक प्रेझेंटेशनला जोड असावी ती काही ठोस उपक्रमांची, जे आपल्याला राबवता येतील.
- प्रत्येक टीमने आपापल्या मीटिंग्ज ठरवाव्यात. याकरता प्रत्येक आठवड्यामध्ये दोन तास वापरता येतील. मात्र या दोन तासांत त्यांचं काम सांभाळायला पर्यायी व्यवस्था करण्याची काळजी घ्यावी.
- प्रत्येक टीमला दोनशे डॉलर्स देण्यात येतील. या पैशांचं उपयोजन प्रत्येक टीमच्या आवश्यकतेनुसार करण्यात यावं.
- प्रत्येक टीमने आपल्या मीटिंग्जकरता संपूर्ण मदत करावी.
- काही अडचण आली, तर मी आहेच; पण तशी गरज भासणार नाही याची खात्री वाटते. तुमच्या सर्वांच्या क्षमतांवर माझा विश्वास आहे.

चला तर! सर्व मिळून कंबर कसू!
जिथे काम करावंसं वाटेल, अशी जागा नव्याने घडवू!
अनेकानेक शुभेच्छांसह...!

एमजेआर

टीम रिपोर्ट्स

सहा आठवडे झपाट्याने संपले. प्रेझेंटेशनचा दिवस येऊन ठेपला. मेरी जेनने बिलला विनंती केली की, त्यांना संपूर्ण विभागाला एकत्र दोन तास हवे आहेत. तेव्हा त्या दोन तासांसाठी त्यांच्या विभागाचे फोन घेतले जाण्याची व्यवस्था करण्यात यावी. बिलने तत्परतेने ती व्यवस्था तर केलीच, शिवाय स्वत:ही मदत करायची तयारी दर्शवली.

''मेरी जेन, तू नक्की काय करते आहेस हे अजूनही मला माहीत

नाही, पण तरीही प्रांजळपणे सांगावंसं वाटतंय की, तिसऱ्या मजल्यावरचं वातावरण जाणवण्याइतपत बदललं आहे आणि तेही चांगल्या प्रकारे. तेव्हा तुला जी काही मदत लागेल, ती माझ्याकडून मिळेल याची खात्री बाळग. आणि हा उत्साह कायम टिकेल असा प्रयत्न कर.'' बिलने तिला भरघोस पाठिंबा दर्शवला.

तरीही मेरी जेनला थोडासा ताण जाणवत होताच. या सहा आठवड्यांत प्रत्येक टीम तिला एकदा तरी भेटलीच होती. तिनेदेखील स्वत:ला त्यांच्यावर न लादता जमेल तेवढी मदत केली होती. या व्यतिरिक्त प्रत्येक टीमने तिच्याकडे कॉन्फरन्स रूम वापरण्याची परवानगी मागितली होती आणि आवश्यकतेनुसार वाचायला काही ना काही मागितलं होतं. तरीही आजचं प्रेझेंटेशन कशा स्वरूपाचं असणार आहे, याची तिला यत्किंचितही कल्पना नव्हती. शिवाय, आजचं प्रेझेंटेशन ऑफिसमध्ये होणार नव्हतं. त्याकरता त्यांनी ॲलेक्सीज हॉटेल बुक केलं होतं.

बरोबर नऊ वाजता बिल आणि इतर विभागातील काही सहकारी तिसऱ्या मजल्यावर पोहोचले आणि मेरी जेन आपल्या कर्मचाऱ्यांसह ॲलेक्सीज हॉटेलमध्ये जायला निघाली. तिथे गेल्यावर सगळ्यांनी 'मार्केट रूम'कडे मोर्चा वळवला. 'मार्केट रूम' हे नाव वाचून मेरी जेनला वाटलं की, आजच्या प्रसंगाला यथायोग्य अशीच ही जागा आहे. 'आपली मनोवृत्ती ठरवा' या टीमने सर्वांत शेवटी प्रेझेंटेशन सादर करावं, असं तिने सांगितलं होतं. 'नाही म्हटलं तरी उर्वरित तीन घटकांचा कळत-नकळत परिणाम मनोवृत्तीवर होतोच. तेव्हा मनोवृत्ती ठरवण्या आधी सर्व घटकांचा विचार झालेला बरा, नाही का?' मेरी जेनचा हा विचार किती योग्य होता!

मार्केट रूममध्ये शिरता-शिरता तिच्या मनात वेगवेगळ्या भावनांचे तरंग उमटले. ती खोली खूप छान सजवली होती. रंगीबेरंगी फुगे, पताका आणि सगळ्यांत प्रकर्षाने जाणवणारा असीम उत्साह! विविध फुलांच्या आकर्षक सजावटी लक्ष वेधून घेत होत्या. आणि गंमत म्हणजे प्रत्येकाच्या खुर्चीला एक-दोन फुगे बांधलेले होते.

'या सगळ्यांनी हे आव्हान अगदी मनापासून स्वीकारलेलं दिसतंय. इतकंच काय, त्यांच्यातील उमेददेखील जागी झाल्याचं दिसतंय,'

तिच्या मनात आलं. पण खरं आश्चर्य तर तिला दिसायचं होतं. त्या खोलीत सर्वांत शेवटच्या रांगेत फिश-मार्केटच्या संपूर्ण युनिफॉर्ममध्ये बसला होता – 'लोनी'. ती त्याच्या बाजूच्या खुर्चीवर बसली आणि कार्यक्रमाला सुरुवात झाली.

टीम 'चैतन्यपूर्ण सहभाग'

या टीमने इतर सर्वांना पुढे येण्याची विनंती केली. त्या टीमची स्पीकर होती बेटी. ती म्हणाली की, 'आमचा रिपोर्ट शाब्दिक नसून, सांघिक खेळाच्या स्वरूपात आहे. तेव्हा आम्ही सांगू त्या-त्या जागी सगळ्यांनी उभं राहावं.' त्याप्रमाणे सगळे उभे राहिले.

या खेळाकरता आपल्या या टीमने मोठी रंगीत कागदी वर्तुळं तयार करून जमिनीवर मांडली होती. संगीत खुर्चीसारखाच प्रकार होता. गाणं लावलं जाणार होतं. त्याच्या तालावर या गोलातून त्या गोलातून जायचं होतं. गाणं थांबल्यावर आपण ज्या गोलावर असू, तिथे थांबून त्यामध्ये काय लिहिलं आहे, ते वाचायचं होतं. या गोलांमध्ये जे काही लिहिलं होतं, त्याचेही दोन प्रकार होते. एक होती, 'फायद्यांची यादी' तर दुसरीकडे होती, 'उपक्रम राबवण्याची पद्धत.' अर्थात हे सगळे मुद्दे त्यांच्या सहा आठवड्यांच्या अभ्यासाचे निर्देशक होते. मेरी जेनला त्यांचं कौतुक वाटलं.

चैतन्यपूर्ण सहभागाचे फायदे

- स्वत: आनंदी असलेले लोक इतरांना चांगली वागणूक देतात.
- करत असलेल्या कामात गंमत वाटली, तर त्यातून नवनिर्मिती होते.
- कंटाळा येत नाही आणि वेळदेखील झपाट्याने सत्कारणी लागतो.
- अर्थातच त्यामुळे सकारात्मकता प्रत्ययास येते.
- बक्षिसासाठी काम करण्यापेक्षा काम हेच बक्षीस वाटू लागतं.

तिसऱ्या मजल्यावर उपक्रम राबवण्याच्या विविध पद्धती

- सगळीकडे सूचना झळकवू 'सावध! या मैदानावर 'मोठी मुले' खेळतात!'
- प्रत्येक महिन्यात वेगवेगळे विनोद लिहिले जावेत, त्यातून महिन्याच्या सर्वोत्तम विनोदाची निवड करावी आणि विनोदांकरता स्वतंत्र बुलेटिन बोर्ड असावा.
- ऑफिसचं अंतरंग रुक्ष न ठेवता, मापक रंगांचा वापर करून आल्हाददायक करावं.
- इनडोअर झाडं आणि अॅक्वेरियमचा वापर करावा.
- लंच ब्रेकमध्ये 'विनोदवीर' ही संकल्पना राबवावी.
- ऑफिसमध्ये छोट्या-छोट्या लाइट्सचा प्रबंध करावा. कोणाला काही नवीन कल्पना सुचली की, हा लाइट लावण्यात यावा. शिवाय एखाद्या विशेष प्रसंगी हे लाइट्स लावावेत.
- सर्जनशीलतेला वाव द्यावा.
- 'सँड बॉक्स' या नावानी एक छोटीशी जागा त्याकरता राखून ठेवावी.
- नवनवीन कल्पना सातत्याने सामोऱ्या येण्यासाठी 'सहभाग समिती'चं काम चालू राहावं.

टीम 'सौख्याची अनुभूती'

पुढची टीम होती, 'सौख्याची अनुभूती.' त्यांनी सगळ्यांना नम्र विनंती केली की, त्यांना हॉलच्या अंतर्गत रचनेमध्ये थोडासा बदल करायचा असल्याने साऱ्यांनी हॉलच्या बाहेर उपलब्ध असलेल्या कॉफीपानाचा आस्वाद घ्यावा. त्यांची मांडणी झाल्यावर त्यांनी सर्वांना आत बोलावलं. मग त्यांनी सर्व उपस्थितांचे छोटे-छोटे गट केले. या प्रत्येक गटाबरोबर त्यांच्या ग्रुपचा एकेक सभासद होता. मग स्टेफनीने त्यांच्या सादरीकरणाची रूपरेषा मांडली.

"आम्ही गेले काही दिवस जे काही सर्व्हे केले, त्याबाबत मी

तुम्हाला माहिती देते. ही माहिती फारशी; मी तर म्हणेन की, अजिबातच सुखावह नाही. परंतु या माहितीच्या अनुषंगाने तुम्हाला काही आराखडे तयार करायचे आहेत, ज्यायोगे आम्ही आमच्या अंतर्गत ग्राहकांशी अधिक चांगला समन्वय साधू शकू. त्यासाठी तुम्हाला प्रत्येकी पंधरा मिनिटं देण्यात येतील. मी पुन्हा एकदा तुम्हाला सूचना देते की, आम्ही संकलित केलेली माहिती मुळीचच चांगली नाही.'

इतकं बोलून तिने स्लाइड-शो सुरू केला. तिच्या बोलण्यात कुठेही अतिशयोक्ती नव्हती, हे सगळ्यांनाच पटलं. एक-दोनदा तर हताश स्वरही ऐकू आले.

तिने दाखवलेल्या स्लाइड्स अशा होत्या –

कस्टमर सर्व्हेचे निष्कर्ष

१. आमच्या डिपार्टमेंटकडून काम करून घेणं कोणालाच आवडत नाही. त्यांच्या दृष्टीने आम्ही कायमच गुंगीत असल्यासारखे वावरतो. त्यामुळे आमच्या डिपार्टमेंटला 'झोपेत चालणाऱ्यांचं जग' असं म्हटलं जातं. आमच्याकडून मिळणाऱ्या दुर्लक्षित वागणुकीपेक्षा आमच्याशी प्रत्यक्ष झटापट करणं परवडेल, असा त्यांचा सूर आहे.

२. आम्ही पुरेसं काम करतो, पण ते जेमतेम पुरेसं असतं. आम्ही कधीही असं कुठलंच काम करत नाही, ज्याने आमच्या ग्राहकाचा अधिक फायदा होईल. 'कामापुरतं काम' हा आमचा खाक्या आहे.

३. आमचे ग्राहक आम्हाला तसदी देत आहेत, अशाच पद्धतीनी आम्ही त्यांच्याशी वागतो.

४. आमच्या ग्राहकाची समस्या जाणून घेण्याचा यत्किंचितही प्रयत्न न करता, आम्ही त्यांना निष्कारणच या टेबलवरून त्या टेबलवर फिरवत राहतो. खरंतर आम्ही आमची जबाबदारी झटकून टाकण्याचा प्रयत्न करत असतो.

५. आमच्या ग्राहकांना आमच्याबद्दल सद्भावना नाहीतच. उलटपक्षी, हा तिसरा मजला म्हणजे थट्टेचा विषय बनला

आहे. शिवाय, आमच्याकडून कुठलाही प्रतिसाद मिळत नाही. आमच्या मजल्यावर हालचाल म्हणावी अशी एकदाच होते. तीदेखील साडेचारच्या सुमारास, घरी जाताना लिफ्टमध्ये आधी नंबर लागावा म्हणून.

६. आमची या संस्थेशी कितपत बांधिलकी आहे, याबद्दल सगळे जण साशंक आहेत.

७. आमचा उल्लेख करताना 'ऱ्हासाची शेवटची पायरी' असाच केला जातो.

८. आमच्या संपूर्ण विभागाला कायमची सुटी देऊन या विभागाच्या कामाचं आउटसोर्सिंग करण्याच्या दृष्टीने विचार सुरू आहे.

स्लाईड-शो संपला तसं स्टेफनीने बोलायला सुरुवात केली –

"हे निष्कर्ष आमच्या हाती आल्यावर आम्ही आधी तर सर्दच झालो होतो, नंतर त्याची जागा रागाने घेतली. पण मग शांतपणे विचार केला असता आमच्या लक्षात आलं की, या सगळ्या भावना आमच्या ग्राहकांच्या आहेत. आमचा विचार ते कोणत्या दृष्टीने करतात, हे यावरून दिसून येतं. आम्ही कितीही वल्गना केल्या किंवा सारवासारव केली, तरीही त्यामुळे जे सत्य आहे ते बदलणार नाही. आमच्या ग्राहकांना जे जाणवतं, दिसतं तेच त्यांनी व्यक्त केलेलं आहे. त्यामुळे 'यावर उपाय काय आणि कसा?' हे शोधणं हाच काय तो एकमेव उपाय आहे."

त्यांच्याच टीममधला दुसरा एक बोलायला उभा राहिला. त्याच्या मनातली खळबळ त्याच्या स्वरातून व्यक्त होत होती.

"आम्हाला आता लक्षात येतं आहे की, 'फर्स्ट गॅरंटी फायनान्शियल'मध्ये आमच्या डिपार्टमेंटचं किती महत्त्वाचं स्थान आहे ते. आमच्या कंपनीतले किती लोक आमच्यावर अवलंबून असतात आणि आम्ही मात्र खुशाल हात झटकून मोकळे होतो किंवा आपण त्या गावचेच नाही असं दर्शवतो. आता आमच्यावर घरच्या किंवा इतर जबाबदाऱ्यांचं प्रचंड ओझं आहे किंवा आम्हाला पगार बेताचा मिळतो, याच्याशी त्यांना काय घेणं-देणं असणार आहे? आमचे पगार होतात ते बाहेरच्या कस्टमर्सची कामं झाली तरच! म्हणजे पर्यायाने बाहेरचे

कस्टमर्स अप्रत्यक्षरीत्या आमचा पगार करतात. त्यामुळे त्या कस्टमर्सना योग्य सेवा दिल्या जाव्यात असा कटाक्ष आपल्या कंपनीने ठेवणं आणि या सेवांमध्ये येणारे आमच्यासारखे अडथळे बाजूला करण्याचा विचार करणं, यात वावगं ते काय आहे?''

स्टेफनीने पुढे होत म्हटलं, ''आज आम्हाला आत्यंतिक गरज आहे, ती तुमच्या विचारांची, कल्पनांची! इथे हा जो काही उकिरडा साठला आहे ना, त्यापासून दूर जायला मदत करा. ग्राहकांना समाधान मिळेल अशी सेवा देता यावी यासाठी काही मार्ग दाखवा. आम्ही तुम्हाला पाऊण तासाचा अवधी देत आहोत. तुम्ही प्रत्येकाने व्यवस्थित बसून घ्या आणि तुम्हाला सुचतील ते उपाय सांगा. तुमच्या प्रत्येक गटात आमच्या टीममधला एक जण आहेच. तो किंवा ती लेखनिकाचं काम करेल.''

स्टेफनीचं निवेदन संपल्यावर सगळे जण एकदम शांत बसले. कारण सगळे हेलावले होते. मात्र पहिल्या प्रेझेंटेशनचा चांगला परिणाम अजूनही पुसला गेला नव्हता. त्यामुळे अवघ्या पाच मिनिटांनंतर सगळे जण उत्स्फूर्तपणे विचार मांडू लागले. लिहून घेता-घेता लेखनिकांची चांगलीच तारांबळ उडाली.

साधारण पाऊण तासानी स्टेफनीने सगळ्यांना थांबण्याची सूचना केली. ती म्हणाली की, सगळेच लेखनिक त्यांच्याजवळच्या मजकुराचं संकलन करतील आणि त्याची योग्य ती मांडणी करतील. तोवर तिने सगळ्यांनाच दहा मिनिटांचा छोटासा ब्रेक घ्यायला सांगितलं.

दहा मिनिटांनी प्रत्येक लेखनिक सज्ज झाला होता. स्टेफनीने सगळ्यांना पुन्हा मीटिंग-मोडमध्ये आणलं.

''आपण आता संकलित सूचनांचं वाचन करू. त्याआधी मी चार नंबरच्या टेबलाशी बसलेल्या गटाला इथे बोलावू इच्छिते. त्यांच्या सूचना सर्वांत अधिक परिणामकारक वाटत आहेत, म्हणून आम्ही त्यांना 'सौख्याची अनुभूती' असं लिहिलेले हे खास छोटे-छोटे बिल्ले देऊ इच्छितो.''

स्टेफनीच्या सूचनेप्रमाणे चार नंबर टेबलावरील लोक तिथे आले आणि टाळ्यांच्या गजरात त्यांनी ते बिल्ले स्वीकारले. बाकीच्या सर्वांना असेच काही बिल्ले नंतर देण्यात आले. आता सगळे जण निष्कर्ष ऐकायला उत्सुक होते.

सौख्याची अनुभूती : फायदे

- व्यवसाय-वृद्धीच्या दृष्टीने लाभदायक.
- इतरांना उत्तम सेवा दिली, तर आम्हालाही आंतरिक समाधान लाभेल. शिवाय, हे करत असताना आमचं लक्ष सेवा-केंद्रित होईल. आपसूकच आम्ही आमच्या अडचणींच्या विचारांपासून दूर जाऊ. त्यामुळे सकारात्मकता वाढेल आणि इतरांशी वागताना नेहमीच्या नकारघंटेऐवजी 'हो, जमेल ना' ही वृत्ती जोपासली जाईल. यामुळे मन:स्वास्थ्य तर लाभेलच, शिवाय उत्साह विनासायास वाढत राहील.

सौख्याची अनुभूती : राबवण्याच्या पद्धती

- आपल्या काम करण्याच्या वेळांमध्ये बदल करून. सकाळी सात ते संध्याकाळी सहा या वेळामध्ये आपण कामाचं वाटप करू. याचा दुहेरी फायदा होईल. आपण अकरा तास उपलब्ध राहू, त्यामुळे आपले ग्राहक खूश होतील. दुसरा फायदा म्हणजे आपल्यापैकी अनेकांना सोयीच्या वेळा निवडता येतील.
- दरम्यान, आपल्यातच छोटे-छोटे गट करून ग्राहकसेवा सुधारण्याच्या दृष्टीने विविध उपाययोजना करू. त्यातही विशिष्ट ग्राहक गट किंवा विशिष्ट समस्या गट अशा पद्धतीने सूक्ष्म स्तरावर अभ्यास करू.
- आपल्या डिपार्टमेंटमध्ये साप्ताहिक आणि मासिक स्तरावर बक्षीस ठेवू. आपल्यापैकी जो कर्मचारी उत्तम काम करेल, तो या बक्षिसाचा मानकरी असेल. अर्थात, बक्षिसाकरता निकष असेल, ग्राहकाची दाद; त्याला मिळणारी सौख्याची अनुभूती.
- 'तुम्हाला काय वाटतं?' याद्वारे सर्वांचं स्वच्छ, प्रामाणिक मत घेऊ. यामध्ये ग्राहकांची मतंदेखील जाणून घेऊ.

- आपल्या ग्राहकांना सरप्राइज देण्यासाठी, सुखवण्यासाठी छोटे स्पेशल गट आयोजित करू.
- आपले जे नेहमीचे ग्राहक आहेत, त्यांना महिन्यातून किमान एकदा तरी अनौपचारिकपणे बोलावू – चक्क खेळायला, धमाल करायला!
- स्कॅन्डेनेव्हियन एअरलाइन्सनी अंगीकारलेली 'सत्याचा क्षण' ही संकल्पना स्वीकारू.
- आमच्या ग्राहकाबरोबरचा प्रत्येक व्यवहार अनुकूल करण्याचा शंभर टक्के प्रयत्न करू.

हे सगळं पाहून, ऐकून मेरी जेन खूप सुखावली होती. 'खरंच, या सगळ्यांना जर इतक्या प्रकर्षानी हे सगळं जाणवत असेल, तर तिसऱ्या मजल्याचा कायापालट व्हायला वेळ लागणार नाही. स्टेफनी तर उत्साहाने सळसळते आहे आणि मी खात्रीने सांगते की, तिचा हा उत्साह संसर्गजन्य आहे. त्यामुळे आता बदल होणार म्हणजे होणार!' नजरेच्या कोपऱ्यातूनच तिला हे जाणवलं की, लोनीचा चेहरादेखील खुलला होता.

टीम 'तन्मयता'

या टीमचं सादरीकरण पूर्णतया वेगळं होतं. सर्वांत आधी त्यांनी म्युझिक सीडी लावल्या. अतिशय शांत अशा त्या संगीतामुळे सगळ्यांना प्रसन्न वाटू लागलं. थोड्या वेळापूर्वीच्या निराश वातावरणाचा मागमूसही राहिला नाही.

त्यांच्यापैकी एका टीम मेंबरने इतर सर्वांना सूचना द्यायला सुरुवात केली. "कृपया सगळ्यांनी आपले डोळे मिटा आणि एक मिनिटभर शांत बसा. दीर्घ श्वसन करत राहा. मी जे-जे बोलते आहे, ते मिटल्या डोळ्यांसमोर आणायचा प्रयत्न करा. त्यामुळे तुमची एकाग्रता वाढायला मदत होईल."

अशा प्रकारे थोडा वेळ गेल्यावर ती पुढे म्हणाली, "आता आमच्या टीममधील मंडळी तुमच्यासमोर काही विचार सादर करतील. तुम्ही अगदी आरामात बसा, कुठलाही ताण घेऊ नका. श्वाससुद्धा नेहमीप्रमाणे

घेत राहा. डोळे मात्र मिटलेलेच असू द्या.''

जमलेल्या मंडळींच्या कानांवर सुविचार पडू लागले.

''गेलेल्या क्षणांसाठी हळहळत बसण्यापेक्षा येणाऱ्या क्षणांसाठी दक्ष राहा. त्यातच आयुष्याचे सार आहे.''

आता सगळ्यांना डोळे उघडायला सांगितलं गेलं. जॉन समोर उभा होता. त्याने वैयक्तिक अनुभव समोर मांडला. ''मी अतिशय व्यग्र आयुष्य जगत होतो आणि कितीही मरमर केली, तरीही जेमतेम हातातोंडाची गाठ पडत होती. अशातच एक दिवस माझी लेक मला म्हणाली की, 'बाबा, चला ना आपण बागेत जाऊ या!' मला तिची कल्पना खूपच आवडली. पण काय करणार? यासाठी माझ्याकडे अजिबात वेळ नव्हता. म्हणून मी तिला म्हटलं की, 'आत्ता जाणं शक्यच नाही बेटा, आपण नंतर कधीतरी जाऊ.' या प्रसंगाची पुनरावृत्ती आधी चार-पाच वेळा आणि नंतर वारंवार झाली. आठवडे लोटले, महिने सरले. काळ कुठे कोणासाठी थांबतो का? पण तिला बागेत घेऊन जायला मला वेळच मिळाला नाही, तेही तब्बल चार वर्षं!'' बोलता-बोलता त्याचा आवाज भरून आला.

''आज मला वाटतंय की, मी तेव्हा तिच्यासाठी वेळ काढायला हवा होता. कारण आता तिला ना बागेत जाण्यात स्वारस्य उरलंय, ना तिथे आपल्याबरोबर न येणाऱ्या वडिलांमध्ये!''

भावनातिरेकामुळे जॉन क्षणभर थांबला. ''त्या दिवशी फिश-मार्केटमधल्या व्यापाऱ्यांशी संवाद साधला, तेव्हा आपण 'त्या-त्या क्षणी, त्या-त्या ठिकाणी' उपस्थित असण्याचं महत्त्व मला कळलं. प्रांजळपणे सांगायचं, तर ऑफिस असो वा घर, आपली उपस्थिती केवळ शारीरिक असते, याची मला प्रकर्षाने जाणीव झाली. मन कुठेतरी वेगळीकडेच भरकटत असतं. फिश-मार्केटमधल्या त्या व्यापाऱ्याचा हा चांगुलपणाच आहे की, त्याने मला माझ्या संपूर्ण कुटुंबाला तिथे घेऊन यायला सांगितलं. माझ्या लेकीला आमच्याबरोबर तिथे येण्यात अजिबात रस नव्हता. म्हणतात ना, पेराल तसेच उगवेल! पण मी कसंबसं तिला मनवलं आणि आम्ही सगळे तिथे गेलो. मला हे आवर्जून सांगावंसं वाटतं की, मला तर सोडाच; पण माझ्या कुटुंबीयांपैकी

कोणालाच तिथे आल्याचा पश्चात्ताप झाला नाही. आम्ही सगळ्यांनी खूप मजा केली. मी विशेषत्वाने लक्ष दिलं आणि त्या क्षणी मनानेदेखील माझ्या कुटुंबीयांबरोबर राहण्याचा प्रयत्न केला. थोड्या वेळानी आमच्या मुलाला काहीतरी खेळणं घ्यायला माझी बायको आणि मुलगा दुकानात गेले. त्या वेळी मी माझ्या लेकीला जवळ घेऊन मोकळेपणाने कबूल केलं की, तिला जेव्हा माझी गरज होती, तेव्हा कधीच मी तिला वेळ देऊ शकलो नाही; खरंतर वेळ दिलाच नाही. आज या क्षणाला मला त्याबद्दल खूप वाईट वाटतंय. जे झालं ते झालं. पण आता इथून पुढे मी अशी चूक होऊ देणार नाही. तिनेही मोठ्या मनाने मला माफ करावं. यापुढे मी कायम वर्तमानकाळाचं भान ठेवीन, याचीही ग्वाही मी तिला दिली. तिने पण मला मोकळेपणाने सांगितलं की, 'बाबा म्हणून तुम्ही इतके काही वाईट नाही आहात. हो, पण काही गोष्टींमध्ये बदल करणं आवश्यक आहे.' तर अशी ही माझी कथा. मला बराच मोठा टप्पा गाठायचा आहे, हे मला ठाऊक आहे. पण त्याची चांगली बाजू ही आहे की, मी त्या वाटेनी जाण्याकरता पावलं टाकायला सुरुवात केली आहे. प्रत्येक वेळी एक पाऊल टाकत राहिलो की मुक्कामाला पोहोचेनच हे नक्की! बाप-लेकीच्या भावसंपन्न नात्याला मी मुकत चाललो होतो आणि दुर्दैवाने मला त्याची जाणीवही नव्हती. परंतु वर्तमानाच्या भानामुळे ती झाली आणि आता ती सातत्याने होतच राहील. बस्स!''

जॉनचं बोलून झाल्यावर लोनीने मेरी जेनच्या कानात सांगितलं, ''तो व्यापारी आपला जेकब होता, बरं का! तो मार्केटमध्ये तसा नवीनच आहे. 'आपल्यामुळे कुणाचीतरी जीवनशैली सुधारली' या भावनेनी सध्या तो तरंगतो आहे.'' जॅनेटनी आपल्या आधीच्या नोकरीचा अनुभव सांगितला. तीदेखील भावनाविवश झाली होती.

''माझ्या एका मैत्रिणीबद्दल तुम्हाला सांगायला आवडेल. कितीतरी दिवस ती माझं लक्ष वेधून घ्यायचा प्रयत्न करत होती, मला काही सांगू पाहत होती. पण मी माझ्याच कोशात इतकी गुरफटलेली होते की, मी तिच्याकडे फारसं लक्ष दिलं नाही किंवा मी तर म्हणेन की, आम्हा दोघींमध्ये काही भावबंध निर्माणच होऊ शकले नाहीत. एक दिवस सगळाच गोंधळ झाला. अपेक्षित अशी प्रगती होऊ न शकल्यामुळे ती मनानेच रिपोर्ट्स तयार करत होती, प्रगतीचा आभासी आलेख मांडत

होती. सत्य परिस्थिती समोर आली, तेव्हा खूप उशीर झालेला होता. काहीच सावरणं शक्य नव्हतं. तिला तर राजीनामाच द्यावा लागला. पण कंपनीचं खूप नुकसान झालं. शिवाय, आमच्या एका कस्टमरला आम्ही कायमचं गमावून बसलो. भरीत भर म्हणजे मलाही नोकरी गमवावी लागली, झालेलं नुकसान भरून काढता नाही आलं म्हणून. तिला जेव्हा आत्यंतिक आवश्यकता होती, तेव्हा मी तिच्यासाठी वेळ दिला असता, तर हे सगळं टाळता आलं असतं. नाही का?''

आता बेथ समोर आली. तिच्या बोलण्यात आशेचा सूर होता.

''परवाचीच गोष्ट आहे. मी टीव्ही बघता-बघता घरातच सायकलवर व्यायाम करत होते. अधून-मधून मासिकदेखील चाळत होते. तेवढ्यात माझा मुलगा आत आला आणि कोचावर बसला. मला क्षणार्धात जाणवलं की, बेट्याचं काहीतरी बिनसलं आहे खास! या गोष्टी आईला आपोआपच जाणवतात, हो की नाही? हाच प्रसंग काही दिवसांपूर्वी घडला असता, तर मी त्याच्याशी बोलले असतेच; पण टीव्ही चालू ठेवून व्यायाम करता-करता. मात्र आता मला एक वेगळीच दृष्टी मिळाली होती. त्यामुळे मी सगळ्यांत आधी सायकलवरून खाली उतरले. मासिक बाजूला ठेवलं, टीव्ही बंद केला आणि त्याच्याजवळ बसले. माझा आजवरचा अनुभव आणि घटस्फोट या दोन्हींतून मी हे शिकले आहे की, आपल्या प्रेमाच्या माणसांकरता आपण तत्परता दाखवणं शहाणपणाचं असलं, तरी तेवढ्यानेच काम भागतं असं नाही. म्हणूनच मी माझ्या मुलाच्या जवळ बसले आणि श्रोत्याची भूमिका निभावली. त्यानंतर साधारण तासभर तो बोलत होता. मी आपली एखादा हुंकार भरणं, एखादा छोटासा प्रश्न विचारणं एवढंच करत होते. माझ्याशी बोलून त्याला इतकं हलकं वाटलं ना! त्या क्षणी त्याच्यासाठी तिथे शंभर टक्के उपस्थित राहण्याचा माझा निर्णय अगदी योग्य होता. तन्मयता ही आत्यंतिक आवश्यक बाब आहे.''

त्यानंतर आणखी काही जणांनी आपले अनुभव कथन केले. कुणी ऑफिसच्या आठवणी सांगितल्या, कुणी मित्रांच्या गोष्टी ऐकवल्या, तर कुणी घरच्यांबद्दल बोललं. साऱ्याचं सार एकच होतं – शंभर टक्के उपस्थिती – जी केवळ तन्मयतेमुळेच साधता येते आणि त्याचं फलित एकच होतं – समोरच्याला दिलासा. त्यानंतर त्या सगळ्यांनी ठाम निश्चय केला – 'यापुढे ते सगळे जण तन्मयतेचा पूर्ण अंगीकार करतील.'

आपल्याला समोरच्याची कितपत कदर आहे, हे आपण आपल्या तन्मयतेद्वारेच दाखवू शकतो. म्हणूनच आपल्या कस्टमरसमवेत किंवा सहकाऱ्यासमवेत, सहचरासमवेत, मित्र-मैत्रिणींसमवेत, कुटुंबीयांसमवेत असताना तो-तो क्षण, त्या-त्या व्यक्तीपुरताच जगायचा, हेदेखील त्यांनी ठरवलं. 'प्रयत्ने वाळूचे कण रगडिता तेलही गळे' ही उक्ती त्यांना नक्कीच ठाऊक असावी. भरकटणाऱ्या मनाला शिस्त लावण्यासाठी कोणतीही वेळ सुयोग्यच असते. शिवाय, टीममधल्या सभासदांना तन्मयता साधायला मदत करण्याचाही त्यांनी चंग बांधला. त्यासाठी 'तू शंभर टक्के इथेच आहेस ना?' अशासारखे छोटे प्रश्नदेखील तयार केले. समजा चर्चेदरम्यान कोणाचं चित्त विचलित झालं आहे असं वाटलं, तर 'काय कुठे?' एवढंच विचारायचं असं त्यांनी ठरवलं. म्हटलंय ना, 'केल्याने होत आहे रे, आधी केलेचि पाहिजे!' याच्याच जोडीला सगळ्यांनी हेदेखील ठरवलं की, आपल्याशी कुणी फोनवर बोलत असेल, तेव्हा एकीकडे इमेल पाठवणे किंवा काहीतरी वाचणे, अशा गोष्टींना पूर्ण फाटा द्यायचा.

टीम 'आपली मनोवृत्ती निवडा'

शेवटची टीम रिंगणात आली. त्यांनी अगदी थोडक्यात; पण मुद्देसूद विचार मांडले.

"आमच्या टीमनी विषय निवडला, त्याच्या नावाला साजेसा विचार आम्ही केला. काही कळीचे मुद्दे आमच्या लक्षात आले.

सर्वांत महत्त्वाचं म्हणजे आमची मनोवृत्ती आम्ही स्वयंस्फूर्तीने निवडणार आहोत. ती आमच्यावर लादली जाणार नाहीये. परिणामत: आमच्या वागण्या-बोलण्याची पूर्ण जबाबदारी आमच्यावर असणार आहे. आमचा तिसरा मजला सकारात्मक ऊर्जेनी, उत्साहानी भारून टाकणं, हा त्याचा परिपाक असणार आहे.

दुसरी तितकीच महत्त्वाची बाब म्हणजे आपणहून एखादी गोष्ट स्वीकारणे आणि नाइलाजाने एखाद्या गोष्टीसमोर मान झुकवणे यामध्ये जमीन-अस्मानाचं अंतर आहे.

तिसरा आणि शेवटचा मुद्दा असा आहे की, हा जरा विस्तारानेच मांडावा लागणार आहे. आम्ही सगळे जण अशी आशा व्यक्त करतो

की, तुम्ही सगळे जण जी मनोवृत्ती निवडणार आहात, त्याच्यामुळे तुमच्यातील सर्वोत्तम तुम्ही देऊ शकाल आणि तुमचं काम तुम्हाला मनापासून आवडू लागेल. आमचं असं म्हणणं नाहीये की, प्रत्येकाला, प्रत्येक वेळी, प्रत्येक ठिकाणी फक्त त्याच्या किंवा तिच्या आवडीचंच काम करायला मिळेल. ते काही आपल्या हातात नाही. पण निदान मिळालेलं काम आवडीने करणं, तर आपल्या हातात आहे ना! आपल्या कामाकरता आपण प्रत्येक वेळेस संपूर्ण योगदान देऊ, तेही आपण ठरवलंय म्हणून; कोणी आपल्यावर लादलं आहे म्हणून नक्कीच नाही. एवढं एक जरी आपण मनापासून केलं ना, तर आपल्या तिसऱ्या मजल्याला ओॲसिसचं रूप यायला वेळ लागणार नाही. आणि इथे अनुभवायला मिळेल ऊर्जा, उत्साह, सर्जनशीलता आणि लवचिकता, तीदेखील एका अत्यंत कठीण अशा व्यवसायात असूनही.''

आपली मनोवृत्ती निवडा... आणि राबवा

या टीमची प्रमुख मार्गारेट बोलायला पुढे आली. उत्साहाने ती सळसळत होती. ती म्हणाली, ''आपली मनोवृत्ती निवडणं आणि त्याबरहुकूम आचरणात आणणं, हे सर्वस्वी व्यक्तिगत पातळीवर अवलंबून आहे. आपल्यापैकी अनेक जण स्वत:ची निवडण्याची क्षमता विसरल्यागत झाले आहेत. आपल्याला एकमेकांप्रती सद्भावना ठेवून स्वत:ची प्रगती करायची आहे, नाही का? एकत्र काम करता-करता वैयक्तिक स्तरावरदेखील स्वत:मध्ये अनुकूल बदल घडवून आणायचे आहेत आणि तेही कोणत्याही दबावाखाली आल्यामुळे नाहीतर आपसूक, आपणहून, सजगपणे. हं! आता जर तुम्हालाच असं वाटलं की, आपल्याला निवडीला वावच नाही, तर मग त्याला कोणीच काही करू शकत नाही. मला कल्पना आहे की आपल्यापैकी काही लोकांना वैयक्तिक जीवनामध्ये चिकार अडचणींना तोंड द्यावं लागलं आहे. त्यामुळे कदाचित त्या कोशातून बाहेर येऊन वृत्तीमध्ये बदल करायला वेळसुद्धा लागू शकतो. पण एक सांगावंसं वाटतं की, आपण हे लक्षात घेतलं पाहिजे की आपली मनोवृत्ती ही सवय होऊन आपल्या अंगवळणी केव्हा आणि कशी पडते, हे आपल्याला अनेकवेळा लक्षातच येत नाही. म्हणून म्हटलं की

सजगतेने मनोवृत्ती निवडण्याची आत्यंतिक आवश्यकता आहे.''

मार्गरिटचं बोलून झाल्यावर त्यांच्याच टीममधला एक जण बोलायला उठला.

''आपली मनोवृत्ती निवडणं सोपं जावं म्हणून आम्ही दोन पद्धतींचा विचार केला आणि त्या अनुषंगाने बदल करायला सुरुवातदेखील केली आहे.

प्रथमत: आम्ही सगळ्यांकरता एक पुस्तक आणलं आहे. त्याचं नाव आहे, 'पर्सनल अकाउंटेबिलिटी : द पाथ टू अ रिवॉर्डिंग वर्क लाइफ'. अर्थात, प्रत्येकाला स्वतंत्र प्रत दिली जाईल. तुमच्या सगळ्यांचं वाचून झालं की, आमची टीम त्यावर एक चर्चासत्र आयोजित करेल. त्या चर्चासत्राचा अनुभव आणि उपयोगिता लक्षात घेऊन इतर काही पुस्तकांवर चर्चासत्र घेण्याचा मानस आहे. यामध्ये 'रेव्हिंग फॅन्स', 'द सेव्हन हॅबिट्स ऑफ हायली इफेक्टिव्ह पीपल', 'गंग हो' आणि 'द रोडलेस ट्रॅव्हल्स' अशा काही पुस्तकांचा समावेश आहे. मुळात 'आपली मनोवृत्ती निवडणे' म्हणजे नेमकं काय ते या पुस्तकांच्या माध्यमातून अधिक सुस्पष्टपणे आपल्यासमोर येईल.

दुसरं म्हणजे, बॅक ऑफिसमध्ये काम करणाऱ्यांकरता आम्ही एक खास तक्ता तयार केला आहे. त्याचं नाव आम्ही 'मनोवृत्ती माझी' असं ठेवलं आहे. त्या तक्त्याचं बाळरूप आपण आधीच पाहिलं आहे, नाही का? तो छोटासा तक्ता त्या दिवशी तिथे कोणी लावला, हे अजूनही कोडंच आहे. त्यामुळे झालंय काय की, कोणाचे आभार मानायचे हेच आम्हाला कळत नाहीये. ज्या कोणी हे केलंय, त्या व्यक्तीप्रती कृतज्ञ राहणं, आम्हाला आवडेल. त्या तक्त्याने आपल्या ऑफिसमध्ये केलेला क्रांतिकारी बदल लक्षात घेऊन आता आम्ही तयार केला आहे, दिवसागणिक नवीन दिशा दाखवणारा 'मनोवृत्ती माझी' हा तक्ता, जो वैयक्तिकरीत्या वापरणं सोपं आहे.''

मेरी जेनने आपल्या हातातल्या 'मनोवृत्ती माझी' या तक्त्याकडे नजर टाकली. त्याच्या एका बाजूला रागीट चेहरा होता. चिडका, त्रस्त, वैतागलेला, नीरस अशा विशेषणांनी तो सजवलेला होता. तर दुसऱ्या बाजूला होता, हवाहवासा वाटणारा हसरा चेहरा आणि त्याच्या सोबतीला असलेली विशेषणं होती – उत्साही, कनवाळू, आधार देणारा, प्रेमळ,

सर्जनशील, क्रियाशील आणि गतिशील. दोन्ही चेहऱ्यांच्या वर ठळकपणे लिहिलं होतं, 'निवड तुमची असेल.' त्या दिवशी तिसऱ्या मजल्यावर चिकटवलेल्या छोट्या रूपाची ही विस्तारित आवृत्ती होती तर!

मेरी जेन लगबगीने आपल्या जागेवरून उठली. तिने प्रत्येकाचं कौतुक केलं, वैयक्तिक अभिनंदन केलं. लोनीनेदेखील प्रत्येकाला समरसून दाद दिली. लंच दरम्यानसुद्धा भेटणं, दाद देणं, कौतुक करणं चालूच होतं. आता तिला मनापासून विश्वास वाटला की सगळे झटून कामाला लागले आहेत एक दिलाने, एक मताने विषारी ऊर्जेच्या कचरा डेपोला नष्ट करायला. किती प्रसन्न वाटलं तिला!

कार्यक्रम संपल्यावर लोनी आणि मेरी जेन तिच्या ऑफिसमध्ये पोहोचले. 'फॉर्मल कपड्यांत असलेली ती आणि अजूनही फिश-मार्केटच्या युनिफॉर्ममध्ये असलेला तो' – दोघांच्या या विजोड जोडीकडे रस्त्यातील अनेकांच्या नजरा वळल्या नाहीत तरच नवल. त्याहून आश्चर्याची गोष्ट म्हणजे जवळ-जवळ प्रत्येक जण लोनीला ओळखत होता.

"तुला मिळालेल्या नव्या नोकरीच्या ऑफरबद्दल तू अजून तुझ्या बॉसला सांगितलं नाहीस वाटतं?" लोनीनं तिला विचारलं. दोनच आठवड्यांपूर्वी मेरी जेनकडे नोकरीची एक दणदणीत संधी चालून आली होती, तीही 'फर्स्ट गॅरंटी फायनान्शियल'च्या स्पर्धक कंपनीकडून. पण मेरी जेनने मात्र सपशेल नकार दिला होता.

"मला नाही वाटत की, त्याला काही कल्पना असेल! बहुधा ते लोक माझ्या आधीच्या बॉसबरोबर बोलले असावेत. माझी इथली आधीची बॉस आता पोर्टलँडला गेली आहे. तिला खूप वरची पोस्ट मिळाल्याने तिने 'फर्स्ट गॅरंटी फायनान्शियल' सोडलं. मी माझ्या ऑफिसमध्येदेखील याबद्दल कोणालाच बोलले नाहीये."

"तू त्यांना नकार का दिलास, ते आज मला कळलं. या कंपनीतील सगळ्यांना बदलवण्यासाठी तू स्वत:ला कटिबद्ध केलं आहेस आणि अर्ध्यातून निघून जाणं तुला अजिबातच आवडलं नसतं."

"हे तर खरंच आहे लोनी, पण त्याहून महत्त्वाचं म्हणजे 'फर्स्ट गॅरंटी फायनान्शियल'मध्ये काम करायला आताच तर खरी मजा येणार आहे. इतकी चांगली माणसं, इतकं छान वातावरण कोण सोडेल, सांग बरं!"

रविवार, ७ फेब्रुवारी : कॉफीशॉप एक वर्षानंतर

मेरी जेनने आपलं लाडकं पुस्तक 'सिंपल ॲबेन्डन्स' काढलं आणि ७ फेब्रुवारीचं पान उघडलं.

'यात जे काही लिहिलं आहे, ते कोणत्याही काळासाठी चपखल आहे. मला आठवतंय, वर्षापूर्वी मी इथेच, अशीच बसले होते. मनामध्ये प्रचंड कोलाहल होता. त्या विषारी ऊर्जेच्या कचरा डेपोचा निचरा करणं कधी आणि कसं जमावं, या चिंतेत होते. या इथेच बसले असताना मला उलगडा झाला होता की, मी स्वत:देखील त्या समस्येचाच एक भाग होते. मी जर स्वत:साठी मार्ग काढू शकले तर आणि तरच इतरांना मार्ग दाखवू शकणार होते.

त्या दिवशी हॉटेलमध्ये सर्व टीमनी आपापले रिपोर्ट्स सादर केले आणि सारं चित्रच पालटलं. खरंच, त्या सगळ्यांकडे प्रचंड क्षमता होती. फक्त त्यांच्या अभिव्यक्तीची आणि अभिवृत्तीची यथोचित सांगड

घातली जात नव्हती. ती सांगड घातली कोणी? तर फिश-मार्केटमधील व्यापाऱ्यांनी! आमचा तिसरा मजला आता ओळखू न येण्याइतपत बदलला आहे. आता आमच्यापुढे वेगळीच समस्या आहे. आमच्या कंपनीमधल्या प्रत्येकाला आता तिसऱ्या मजल्यावर बदली हवी आहे. आमच्यामधल्या बदलाला याहून अधिक चांगली दाद ती कोणती असेल? हा उत्साह, ऊर्जा, तळमळ हे सारंकाही होतंच तिथे; मला फक्त निमित्तमात्र व्हावं लागलं.

अध्यक्षांकडून मिळालेलं खास बक्षीस आमच्यासाठी नक्कीच अनोखं, अनपेक्षित होतं. मी जेव्हा त्यांना त्या प्रशस्तिपत्रकाच्या खूप साऱ्या कॉपीज मागितल्या, तेव्हा त्यांनाही आश्चर्यच वाटलं. पण ते यश माझ्या एकटीचं नव्हतंच ना! म्हणूनच बिल आणि तिसऱ्या मजल्यावरील प्रत्येकासाठी मी ते मागितलंच. शिवाय आमच्या यशामध्ये सिंहाचा वाटा असलेल्या लोनीला आणि फिश-मार्केटच्या इतर व्यापाऱ्यांना मी कशी बरं विसरेन? त्या प्रत्येकानी पाइक प्लेस फिश-मार्केटमधल्या त्यांच्या स्टॉलच्या दर्शनी भागात ते प्रशस्तिपत्रक आवर्जून लावलं आहे. लोनीची तर कमालच आहे! त्याने ते चक्क आपल्या घरी हॉलमध्ये लावलं आहे.'

तिने आपल्या जर्नलचं आपलं आवडतं पान उघडलं. आयुष्याच्या अर्थाबद्दल जॉन गार्डनर यांनी मार्मिक टिप्पणी केली होती.

अर्थ

एखादं कोडं अचानक उलगडतं, ध्यानीमनी नसताना एखाद्या खजिन्याचा शोध लागतो; परंतु 'अर्थ' असा गवसत नाही. तुमचं गतजीवन, तुमची बांधिलकी, आपुलकी आणि माणुसकीचं तुम्हाला घडलेलं दर्शन यातून तो अलगद उमगत जातो. तुमची बुद्धी आणि तुमचं आकलन, तुम्ही ज्यावर विश्वास ठेवता ती तत्त्वं, ज्यावर प्रेम करता त्या वस्तू आणि व्यक्ती या साऱ्यांच्या मेळातून तो अर्थ हाती येत जातो. तुम्ही अंगीकारलेली तत्त्वं – ज्यांच्यासाठी प्रसंगी तुम्ही वाट्टेल ते योगदान द्याल – ही तत्त्वसुद्धा अर्थाला आकार देतात. अर्थाला कारणीभूत असणारे

घटक तुमच्या आजूबाजूलाच असतात. तुम्हाला ते जाणवले की, ते गुंफायचे असतात, तुमचे तुम्हीच – अगदी तुम्हाला हवे तसेच. यातूनच समोर येतं तुमचं स्वतःचं जीवन. मात्र हे जीवन तुमच्यासाठी 'सार्थ' असावं, मूल्याधिष्ठित असावं. ते तसं असलं की, यशापयशाचा समतोल साधणं ही एक यत्किंचित बाब ठरते.

– जॉन गार्डनर

वाचता-वाचता मेरी जेनच्या डोळ्यांतून अश्रू ओघळू लागले. आपले डोळे अलगद टिपून तिने आपल्या आयुष्याचा मौल्यवान ठेवा असलेलं आपलं जर्नल हलक्या हातांनी मिटलं आणि वास्तव जगात आली.

"अरे लोनी, तू ते केक संपवणार आहेस की काय? दे बरं मला थोडासा!"

लोनी तिच्या समोरच्या खुर्चीत शांतपणे वाचत बसला होता. त्याने तिच्यासमोर केकची प्लेट सरकवली. प्लेटमधून केक घ्यायला तिने हात पुढे केला, तेव्हा तिच्या लक्षात आलं की, तिथे केकऐवजी एका छोट्याशा माशाचं डोकं होतं आणि त्याच्या उघड्या तोंडात होती चमचमणाऱ्या हिऱ्याची अंगठी. तिने नजर वळवून लोनीकडे पाहिलं, तर त्याच्या चेहऱ्यावर एक भलं मोठं 'अस्वस्थ प्रश्नचिन्ह' होतं. तिला मनापासून हसू आलं.

"अरे लोनी! तू किती ग्रेट आहेस! माझा होकार आहे. फक्त एकच सांग, तुझ्यातलं हे चैतन्य असंच कायम राहील ना?"

***

सिॲटलमधली ती संध्याकाळ फारशी सुखकर नव्हती. थंडी आणि काळोख यामुळे सगळीकडेच औदासिन्याची सावली पडली होती. पण अर्थात हे 'फर्स्ट गॅरंटी फायनान्शियल'च्या बाहेर. आतमध्ये मात्र जल्लोष होता.

अध्यक्षांच्या हस्ते बक्षीस वितरण

कंपनीच्या अध्यक्षा व्यासपीठावर आल्या. एकवार आपल्या कर्मचाऱ्यांवर आणि नंतर हातातल्या नोट्सवर त्यांनी एक नजर टाकली आणि आपल्या छोट्याशा भाषणाला सुरुवात केली.

''मला आज या क्षणी तुम्हा सर्वांचा अतिशय अभिमान वाटतो आहे. हा क्षण माझ्यासाठी अनोखा आहे. याआधी मी स्वत: इतकी उल्हसित कधी झाले होते का, असा माझाच मला प्रश्न पडला आहे. आपल्या 'फर्स्ट गॅरंटी फायनान्शियल'मध्ये सुर्वणाक्षरांत लिहून ठेवावा असाच हा क्षण आहे आणि याचं श्रेय जातं, ते तिसऱ्या मजल्यावर काम करणाऱ्या मेरी जेन रॅमिरेझ आणि तिच्या टीमला. सर्वार्थांनी 'बॅक ऑफिस' असलेल्या त्यांच्या विभागाचा त्यांनी जो कायापालट केला आहे, तो वादातीत आहे. आपल्या अंतरात्म्याला प्रसन्नता देणारं, मनाला उभारी देणारं काम करणं, हे आपल्याच स्वत:च्या हातात आणि मनातदेखील असतं. प्रत्येक सकाळी या ऑफिसमध्ये पाय ठेवतानाच आपण दृढ निश्चय करू शकतो की, माझा इथला प्रत्येक क्षण मी सत्कारणी लावीन. इथल्या प्रत्येक व्यक्तीचा प्रत्येक चांगला क्षण गुंफला जाऊन तयार होते एक अखंड शृंखला, जी देते गतिमानता संपूर्ण दिवसाला. यशाची ग्वाही देणारे हे विचार प्रत्यक्षात उतरवायचं भरीव काम केलं आहे मेरी जेन आणि तिच्या टीमनी. त्यांच्या निश्चयात ते सगळे किती आणि कसे खरे उतरले आहेत, याचा आलेख आपल्यासमोर आहे.

या विभागामध्ये वर्षानुवर्षं काम करणाऱ्यांमध्ये एक नवीन ऊर्मी जागी झालेली दिसते. अत्यंत रटाळ दिनचर्येला त्या सगळ्यांनी एक नवीन परिमाण बहाल केलं आहे, एक अनोखा आयाम दिला आहे. साऱ्यांच्या दृष्टीने रटाळ असलेल्या कामाला एक दर्जा प्राप्त करून दिला आहे. मी असं ऐकलं आहे की, हा

कायापालट करण्यासाठी आवश्यक असणारे घटक इथल्या फिश-मार्केटमध्ये हाती आले आहेत. जे घटक फिश-मार्केटला एक उत्कृष्ट जागा बनवायला कारणीभूत ठरतात, तेच घटक 'फर्स्ट गॅरंटी फायनान्शियल'च्या प्रत्येक विभागाला तितकंच उत्कृष्ट बनवू शकतात, नाही का? अर्थात हे निरीक्षण तिसऱ्या मजल्यावरच्या स्टाफचं आहे, हे सांगायला नको.

या बदलाला कारणीभूत ठरणारे घटक सातत्याने नजरेस पडावेत, म्हणूनच आपण एक अभिलेख तयार केला आहे. आपल्या मुख्य इमारतीच्या प्रवेशद्वारापाशीच तो बसवला आहे. प्रत्येक व्यक्तीच्या प्रत्येक दिवसाच्या कामाची सुरुवात योग्य त्या दिशेने व्हायला मदत होईल, अशी ग्वाहीच आपल्याला या अभिलेखाद्वारे मिळेल, हो ना?''

आम्ही आणि आमचं ऑफिस

या इमारतीत प्रवेश करण्यापूर्वी कृपया आपली मनोवृत्ती निवडा. आजचा हा दिवस अधिक संपन्न करण्याचा संकल्प करा. तुमचे सहकारी, ग्राहक, सुहृद आणि तुम्ही स्वत:देखील या संकल्पामुळे उजळून निघाल. सर्वांचा सहभाग 'चैतन्यपूर्ण' व्हावा याकरता विविध क्लृप्त्या योजा. आपण आपल्या कामाप्रती पूर्णत: गंभीर आहोत आणि तसेच राहूनदेखील, मात्र हे काम करताना आपला दृष्टिकोन हलका-फुलका ठेवा. तुमच्या ग्राहकांना आणि सहकाऱ्यांना जेव्हा-जेव्हा तुमची आवश्यकता भासेल, तेव्हा-तेव्हा शंभर टक्के उपस्थित राहा, 'तन्मयता' साधा. आपल्यातील उत्साह, ऊर्मी आणि ऊर्जा यांना ओहोटी लागते आहे, असं वाटलं तर हमखास इलाज करा 'दुसऱ्याला मदत करण्याचा!' मदतीसाठी हात पुढे करा, उत्तेजनार्थ एखादा शब्द बोला किंवा केवळ श्रोत्याची भूमिका निभावा – समोरच्याला 'सौख्याची अनुभूती' द्या.

❖